பஷீரின் 'எடியே...'

பஷீரின் 'எடியே...'

ஃபாபி பஷீர் (1938 – 2015)

அரீக்கோடு கோயக்குட்டி மாஸ்டர், கதீஜா தம்பதியரின் மகள். வைக்கம் முகம்மது பஷீரின் மனைவி. ஒரு மகளும் (ஷாஹினா) மகனும் (அனீஸ்) இருக்கிறார்கள். மலையாளத்தின் இலக்கியப் பயண மையங்களில் ஒன்றான பஷீரின் கோழிக்கோடு பேப்பூரிலுள்ள வைலாலில் வீட்டில் வாழ்ந்தார். மறைந்த ஆண்டு 2015.

தாஹா மாடாயி

எழுத்தாளர், பத்திரிகையாளர், ஆளுமைகளின் வரலாறுகளை எழுதிய வரலாற்றாளர். மலையாள நடிகர் மாமுக் கோயா, சூழலியலாளர் பொக்கூடன், கவிஞர் குஞ்ஞுண்ணி ஆகியவர்களது வாழ்க்கைக் கதைகளை எழுதியவர். கோழிக்கோட்டில் வசிக்கிறார்.

சுகுமாரன் (பி.1957)
மொழிபெயர்ப்பாளர்

கோவையில் பிறந்தார். அச்சிதழ், தொலைக்காட்சி, நூல் வெளியீட்டுத் துறைகளில் பணியாற்றியவர். கவிஞர், கட்டுரையாளர், மொழிபெயர்ப்பாளர், நாவலாசிரியர். தற்போது *காலச்சுவடு* இதழின் பொறுப்பாசிரியர். திருவனந்தபுரத்தில் வசிக்கிறார்.

தொடர்புக்கு: nsukumaran@gmail.com

ஃபாபி பஷீர்

பஷீரின் 'எடியே...'

எழுத்தாக்கம்
தாஹா மாடாயி

தமிழில்
சுகுமாரன்

காலச்சுவடு பதிப்பகம்

பஷீரின் 'எடியே . . .' ❖ நினைவலைகள் ❖ ஆசிரியர்: ஃபாபி பஷீர் ❖ எழுத்தாக்கம்: தாஹா மாடாயி ❖ தமிழில்: சுகுமாரன் ❖ © ஃபாபி பஷீர் ❖ முதல் பதிப்பு: ஜூலை 2015, இரண்டாம் பதிப்பு: நவம்பர் 2015 ❖ வெளியீடு: காலச்சுவடு பப்ளிகேஷன்ஸ் (பி) லிட்., 669, கே.பி. சாலை, நாகர்கோவில் 629001

basheerin 'eTiyee…' ❖ Memoir ❖ Author: Fabi Basheer ❖ Written by: Thaha Madayee ❖ Translated from Malayalam by: Sukumaran ❖ © Fabi Basheer ❖ Language: Tamil ❖ First Edition: July 2015, Second Edition: November 2015 ❖ Size: Demy 1 x 8 ❖ Paper: 18.6 kg maplitho ❖ Pages: 104

Published by Kalachuvadu Publications Pvt.Ltd., 669, K.P.Road, Nagercoil 629001, India ❖ Phone: 91-4652-278525 ❖ e-mail: publications@kalachuvadu.com ❖ Wrapper printed at Print Specialities, Chennai 600014❖ Printed at Mani Offset, Chennai 600077

ISBN: 978-93-84641-18-4

11/2015/S.No. 652, kcp 1408, 18.6 (2) ILL

முன்னுரை

'எடியே...' என்ற தன் வரலாற்றின் பொருத்தம்

வைக்கம் முகம்மது பஷீர் மலையாளத்தின் இதிகாச மனிதர். பஷீரின் இலக்கிய உள்ளடக்கம் போலவே மலையாளிகள் பஷீருக்கும் தங்கள் இதயத்தில் பெரிய இடத்தை அளித்திருக்கிறார்கள். பஷீரைப் போன்று பல்லுருவம் கொண்ட உள்ளடக்கமுடைய ஒருவர் இலக்கியத்தில் இதற்கு முன்பும் இதற்குப் பின்பும் உருவாகவில்லை. பஷீர் கதாபாத்திரமாகவே வாழ்ந்தார். மறைந்தார். புனர் ஜென்மமெடுத்திருக்கிறார். மிகவும் இதயபூர்வமான எளிமையே பஷீர் எழுத்துகளின் சிறப்பு. கண்ணாடியில் பார்ப்பதைப் போலத்தான் நாம் அவற்றில் நம்முடைய பிம்பங்களைப் பார்க்கிறோம். பன்னிரண்டாம் நூற்றாண்டில் வாழ்ந்த அரபு இலக்கியவாதியான இபினு முகஃபஅஹ் இலக்கியப் படைப்பாக்கம் தொடர்பான ஒரு ரகசியத்தை வெளிப்படுத்தியிருக்கிறார். அது வருமாறு: சாதாரணமானவர்கள் ஒரு படைப்பை வாசித்தால் அவர்களாலும் அதைப் போல் எழுத முடியும் என்று தோன்ற வேண்டும். ஆனால், எழுத முற்படும்போது அது முடியவும் கூடாது.

பஷீரை முன்வைத்துப் பார்த்தால் மேற்சொன்ன அறிவிப்பு பொருத்தமானது. அவர் மிக எளிமையாக எழுதினார். வேறு யாராலும் அதை நகலெடுப்பதும் சாத்தியமல்ல.

ஃபாபி பஷீரின் தன் வரலாற்றைக் கேட்டு எழுதும் போது மரபான சுயசரிதைக்குரிய முறையியல்களைக் கைவிட்டிருக்கிறேன். அது தெரிந்தே செய்தது.

நினைவுகளை ஒட்டிவைக்கும் கொலாஜ் முறையையே இந்த சுயசரிதைப் படைப்பில் பின்பற்றியிருக்கிறேன். விரித்துச் சொல்வதல்ல; சுருங்கச் சொல்வதே அழகு. திருமணத்துக்குப் பிறகு பஷீரின் ஆன்ம சாட்சியானவர் ஃபாபி பஷீர். வெறும் ஒரு தோழியாக அவர் விலகி நின்றிருக்கவில்லை. மலையாள மொழியில் எழுத்து வழக்குகளைப் புரட்டிப்போட்ட ஒருவரின் அந்தரங்கமான அகக் கசிவுகள் ஃபாபி பஷீரின் நினைவுகளினூடே வெளிப்படுகின்றன. அன்பு என்ற உணர்வுடன் நிபந்தனையற்ற நெருக்கம் கொண்ட மனிதராக இருந்தவர் பஷீர் என்பதை இந்தத் தன் வரலாறு நினைவூட்டுகிறது. ‘எடியே . . .’ ஒரு பெண்ணின் ஆண் வாசிப்பு. வீட்டுக்காரி, ‘நாட்டுக்காரர்களின் வீட்டுக்காரரை’ நினைவுகூர்கிறார் என்பதுதான் இதன் இலக்கியம் சார்ந்த பொருத்தப்பாடு.

உம்மச்சி (ஃபாபி பஷீர்) ஏராளமான விஷயங்களை நினைவு கூர்ந்து சொன்னார். நினைவுகள் இருப்பதை விட மகத்தானது அவற்றை நினைவுகூர்ந்து சொல்வது என்று காப்ரியேல் கார்சியா மார்க்கேஸ் நமக்கு நினைவுபடுத்தியதும் அண்மையில்தானே. ஷாஹினாத்தாவும் அனீஸும் சுகமான நினைவுக் குறுக்கீடுகள் செய்தார்கள். நன்றி.

தாஹா மாடாயி

29 மே 2009

பெண்ணின் மணம் டாட்டாவுக்கு விருப்பமானதாக இருந்தது. பெண்கள் எல்லாரையும் டாட்டா அந்த அளவு நேசித்தார். வேறு எதற்காகவும் இல்லை இந்த சிநேகப் பிரகடனம். என்ன காரணத்தினாலோ டாட்டா பெண்களிடம்தான் மிகுந்த நன்மையைக் கண்டார். ஒருசமயம் நான் டாட்டாவிடம் சொன்னேன்:

'நான் இது எல்லாவற்றையும் எழுதப் போறேன்.'

'என்ன ? அதுக்கு உனக்கு எழுதத் தெரியுமா ?'

டாட்டா இப்படிக் கேட்டதில் அர்த்தமிருக்கிறது. எழுத்தறிவு இருப்பதனால் மட்டுமே ஒருவரால் இலக்கியம் படைத்துவிட முடிவதில்லை. அதைப் பற்றி டாட்டாவே பலமுறை சொல்லியிருக்கிறார்.

'அது ஒன்னோட புருஷன் பெரிய எழுத்தாளனாக்கும்.'

நான் சொல்லுவேன்: 'அவரைப் பற்றியும் நான் எழுதுவேன். ஏன் நான் எழுதக் கூடாதா ?'

'எடியே . . .'

டாட்டா சிரித்துக்கொண்டே அப்போது சொன்னார். 'சுலைமானி நீ எழுதும் இலக்கியமாச்சே, ஃப்ளாஸ்க் நிறைய ஒண்ணாந்தரம் சுலைமானி இலக்கியத்தை நிரப்பிக்கொண்டு வா. நான் அடிக்கடி குடித்து ரசிக்கிறேன்.'

❍

டாட்டாவுடன் நான் நாற்பது வருடம் வாழ்ந்தேன். அது வெறும் வாழ்க்கையல்ல. மலையாளத்தின் மகத்தான எழுத்தாளரின் வாழ்க்கைத் தோழி என்று ரகசியமாகக் கர்வப்பட்டிருந்தேன். ஆனால் அப்படிப்பட்ட

அகந்தைகளுக்கெல்லாம் டாட்டாவின் வாழ்க்கையில் இடமில்லை. 'நான், நாம்' என்ற சிந்தனை கொஞ்சம்கூட இல்லாத ஆளாக இருந்தார் அவர். அறியப்பட வேண்டும் என்பதற்காக அவர் எதையும் செய்யவில்லை. யாரையும் அழைத்துக் கூட்டம் சேர்க்கவில்லை. ஆனால், அவர் செய்யும் ஒவ்வொரு செயலும் அறியப்பட்டதாக மாறின. அந்த இலக்கியத்தை வாசித்த ஒவ்வொருவரும் அவரை நேரில் பார்க்க விரும்பினார்கள். ஏதாவது ஒரு எழுத்தாளனைத் தேடி வாசகர்கள் தனியாகவும் கூட்டமாகவும் வந்து சேரும் அனுபவம் வேறு எங்காவது இருக்குமா? எழுத்தாளரைத் தேடி வைலாலுக்கு வாசகர்கள் வந்துகொண்டே இருந்தார்கள். டாட்டாவும் யாருக்கும் ஏமாற்றமளித்ததில்லை.

மாங்கோஸ்டின் மரத்தடியில் உட்கார்ந்து வருபவர்களிட மெல்லாம் பெரியவர் சின்னவர் பேதமில்லாமல் டாட்டா உரையாடினார். டாட்டா பேசியதையெல்லாம் எழுதிச் சேர்த்து வைத்திருந்தால் அது எத்தனையோ பெரிய புத்தகமாக ஆகியிருக்கும். டாட்டா என்னவெல்லாம் பேசினார்? தெய்வம், மரம், மனிதர்கள், காதல், அரசியல், கலை, மதம், சின்னக் குசும்புகள் – பிரபஞ்சத்திலிருக்கும் எல்லாக் காரியங்களைப் பற்றியும் விருந்தினர்களுடன் பேசினார். மாங்கோஸ்டின் மர நிழலில் டாட்டா உட்கார்ந்திருக்கும்போதெல்லாம் வீட்டுக்குள்ளேயோ அல்லது பறம்பிலோ நானும் இருந்தேனே? அப்போதெல்லாம் யோசிப்பேன். உலகத்தில் வேறு எங்காவது இப்படி ஒருவர் இருப்பாரா? ஏதாவது ஒரு காலத்தில் இப்படி ஒருவர் வாழ்ந்திருப்பாரா? ஒரு மரத்தடியில் உட்கார்ந்து கொண்டு வருபவர்களுக்கு சுலைமானியும் கதைகளும் பரிமாற என்னுடைய டர்ட்டா அல்லாமல் வேறு யாரும் இருந்திருக்க வழியில்லை. இப்போது யோசிக்கும்போதும் எனக்குப் பெரும் ஆச்சரியமாகத் தோன்றுகிறது. எவ்வளவோ நீண்ட வருடங்களாக ஒருவர் மரத்தடியில் உட்கார்ந்து கதைகள் சொல்லிக்கொண்டிருந்தார். இடையில் டாட்டா நீட்டி அழைப்பார் "எடியே…" டாட்டாவின் அந்த எடியே . . . இப்போது எல்லாம் ஞாபகங்கள்.

○

எங்களுடைய தாம்பத்திய வாழ்க்கையில் ஏராளமான பெண்களைப் பற்றி டாட்டா சொன்னதுண்டு. அவர்களைப் பற்றி நன்கு படித்தறிந்த ஒருவர்தான் டாட்டா. நல்ல நடத்தை உள்ள பெண்களைப் பற்றியும் முறைகேடாக நடந்துகொள்ளும் பெண்களைப் பற்றியும் அபாரமான அறிவு இருந்தது. பெண்ணின் சின்ன தந்திரத்தைக்கூட டாட்டா சீக்கிரம் கண்டுபிடித்து

விடுவார். பெண்கள் அவரிடம் கொண்ட அணுகுமுறையும் அப்படிப்பட்டதுதான். தன்னுணர்வும் பெருமித உணர்வும் கொண்ட பரிமாற்றம்தான் பெண்களுக்குப் பஷீருடன் இருந்தது. பெண்களின் எல்லாவிதமான சுபாவங்களையும் டாட்டா புரிந்து வைத்திருந்தார். அதனாலேயே, மிகுந்த மரியாதையுடன் மட்டுமே எல்லாப் படைப்புகளிலும் பெண்களைச் சித்திரித்திருந்தார். கொஞ்சம் குசும்பு கலந்த நேசம் அது.

டாட்டாவின் வாழ்க்கைக்குள் புகுந்த பிறகு இன்று அந்த விஷயங்கள் எல்லாவற்றையும் நினைவுபடுத்திப் பார்க்கும்போது சந்தேகமில்லாமல் ஒன்றைச் சொல்ல முடியும். அவர் ஓர் அராஜகவாதியாக இருக்கவில்லை. குடும்பத்துடனும் சமூகத்துடனு மான பொறுப்பு டாட்டாவுக்கு எப்போதும் இருந்தது.

என்னைப் பெண் கேட்டு என் வல்யாப்பாவை அணுகிய சமயம் எல்லாருடைய முதன்மையான சந்தேகமும் 'அவர் எத்தனை நாள் பெண்ணுடன் இருப்பார்' என்பதாக இருந்தது. அவர் திருப்பிக் கேட்டதோ 'என்னுடன் பெண் எத்தனை நாள் நிற்பாள்' என்பதுதான். அப்போது வல்யாப்பா சொன்னார்: 'ஒரு வாரமில்லை. மரணம்வரைக்கும்கூட நிற்பாள். அவ யென்னோட மோளாக்கும்.'

ஒருவேளை நான் கிடைக்காமல் போய்விடுவேன் என்று நினைத்தே அவர் தன்னுடைய போக்கில் அப்படி ஒரு கேள்வியை என் வல்யாப்பாவிடம் கேட்டார் என்றே இப்போது என்னால் நினைக்க முடிகிறது. அவர் ஓர் எழுத்தாளர் என்று தெரியும். ஆனால், நேரில் பார்த்ததும் பேசியதும் என்னைப் பெண்பார்க்க வந்த அன்றைக்குத்தான். அதற்குமுன்பே தம்பியின் பத்தாம் வகுப்புப் பாடப் புத்தகமாக இருந்த 'என் உப்பப்பாவுக்கு ஒரு ஆனையிருந்தது' என்ற கதைப் புத்தகத்தை வாசித்திருந்தேன். பின்னர் 'பால்யகால சகி'. அவையெல்லாம் மிகவும் பிடித்த புத்தகங்களாக இருந்தன. அதில் சித்திரித்திருந்த அனுபவங்களும் காரியங்களும்தான் எங்களுடைய வீடுகளிலெல்லாம் நடைமுறை யாக இருந்தன. அதனாலேயே அவருடன் ஒத்துப்போக முடியும் என்ற எண்ணம் எனக்கு உண்டானது. என்னுடைய வல்யூப்பாவும் வல்யும்மாவும் குடும்பத்தினரும் மிகவும் கட்டுப் பெட்டிகளாக இருந்தார்கள். ஆனால் அந்த இறுக்கத்திலும்கூடப் பெரும்பாலானவர்களும் ஆசிரியர்களாகவும் மதக் கல்வியில் விருப்பமுள்ளவர்களுமாக இருந்தார்கள். வல்யூப்பா முல்லாக்கா வாக இருந்தார். அரீக்கோடன் குஞ்ஞிப்போக்கர் முல்லா. வல்யூப்பாவின் இளைய உப்பாக்களில் வேறு பலரும் ஆசிரியர்கள். வல்யூப்பாவின் மக்களில் வல்யூம்மாவுக்கு அளப்பரிய

சிநேகமிருந்தது என்னிடம்தான். படிப்பில் எனக்கு ஆர்வமிருந்தது. எனினும் பாதியில் அதை நிறுத்த வேண்டி வந்ததால் ஏற்பட்ட நஷ்டத்தைப் பற்றி பிற்காலத்தில் ஒருவித இழப்புணர்வுடன் டாட்டா என்னிடம் பேசியிருக்கிறார். 'பெண்களுக்குக் கல்வி தவிர்க்கக் கூடாத ஒன்று' என்று டாட்டா சொல்வார். 'மண்டூஸுகளாக வாழ வேண்டியவர்களா பெண்கள்?' என்று கேட்பார். பிறகு என்னைச் சமாதானப்படுத்துவார். "எடியே, நீ மண்டூஸொன்றும் இல்லை. புத்தி பெருத்து புத்தி பெருத்து தலையே மகா மகா பாலைவனமான பஷீரின் எடியே ஆச்சே நீ?"

சிரித்துக்கொண்டு தமாஷ் சொல்லும்போதும் அந்தக் கண்களில் சில சமயம் கண்ணீர் துளிர்ப்பதைப் பார்த்திருக்கிறேன். உள்ளுக்குள் ஏராளமான துக்கம் ஏற்படும் நேரத்திலும் டாட்டா சிரித்துக்கொண்டு 'சங்கடமில்லையே' என்ற தோற்றத்தை முகத்தில் காட்ட முயற்சிப்பார். சில சமயம் நீண்ட நேரம் வைலாலின் திண்ணையில் பேசாமலேயே உட்கார்ந்திருப்பார். அப்போது நான் கேட்பேன்:

"நீங்க என்ன யோசிக்கிறீங்க? ஏதாவது பேசக் கூடாதா?"

"எடியே" என்பார் டாட்டா.

"ஒண்ணுமில்லே. ஒண்ணுமில்லாம அப்படியே யோசிச்சிருந்தேன். சும்மா."

ஒன்றுமில்லாமல் என்ன யோசனை? அப்படி ஒரு யோசனை உண்டா? சும்மா ஒரு யோசனை?

அப்போதெல்லாம் எதுவும் புரியாமல் நானும் அந்த முகத்தையே பார்த்துக்கொண்டிருப்பேன். சும்மா.

வழுக்கைத் தலையர்கள் அதிர்ஷ்டக்காரர்கள் என்று டாட்டா சொல்வார். அலைந்து திரிந்த காலகட்டத்தில் வழுக்கையைப் பற்றி நினைத்துச் சிரித்துக்கொள்வாராம். வழுக்கையைத் தடவிக்கொண்டு ஏகாக்கிரக சிந்தனையுடன் டாட்டா உட்கார்ந்திருப்பார்.

டாட்டாவுக்கு நிமிஷத்துக்கு நிமிஷம் தேநீர் வேண்டும். மகளுக்கும் டாட்டாவுக்கும் குளிப்பதற்காகத் தண்ணீர் இறைத்து வைக்க வேண்டும். சோறு பொங்க வேண்டும். கோழி, பசு, வாத்து போன்றவைகளையும் கவனிக்க வேண்டும். மாங்கோஸ்டின் மரத்தடியில் டாட்டா உட்கார்ந்திருக்கும்போது நான் இதையெல்லாம் செய்து முடிப்பேன். பெரும்பான்மையான மனைவிகளைப் போலத்தான் நானும் ஒரு மனைவி மட்டுமாக இருந்தேன். ஆனால், என் கணவர் வெறும் ஒரு கணவராக

மட்டும் இருக்கவில்லை. மாங்கோஸ்டின் மரத்தடியில் உட்கார்ந்து சைகால், பங்கஜ் மல்லிக் ஆகியவர்களின் பாட்டைக் கேட்டுக் கொண்டிருந்த, வருகிறவர்களிடம் கதை சொல்லிக்கொண்டிருந்த ஒருவர். டாட்டா எப்படி வெறும் கணவர் மட்டுமே ஆவார்? அந்த மரத்தடி இருப்பு எனக்கு இப்போதும் பெரிய ஆச்சரியம்தான்.

❍

என்னுடைய குழந்தைப் பருவம் வர்ணமயமானதாக இருந்தது. படிப்பானாலும் விளையாட்டானாலும் அவற்றில் பங்கெடுக்கவும் திறமையைக் காட்டவும் மிகுந்த ஆர்வம் இருந்தது. நல்ல தோழிகள் நிறையப் பேர் எனக்கு இருந்தார்கள். பேப்பூரிலும் செறுவண்ணூரிலும் என்னுடைய கால் தடங்கள் பதியாத இடங்களே இல்லை. 'பால்யகால சகி'யில் வரும் சுஹ்ராவுக்கு இருந்தது போல ஒரு மஜீத் எனக்கு இருக்கவில்லை. என்னுடைய கூட்டாளிகள் எல்லாரும் பெண்கள். ஐந்தாம் வகுப்பு படிக்கும்போதுதான் என் தங்கை பிறந்தாள். நாங்கள் படித்த பள்ளிக்கூடத்துக்குப் பின்னால் ஒரு நடன வகுப்பும் இருந்தது. நேரம் கிடைக்கும்போதெல்லாம் தோழிகளுடன் சேர்ந்து டான்ஸ் பார்க்கப் போவேன். என்னுடைய இடுப்பில் தம்பியோ தங்கையோ இருப்பார்கள். நடனம் கற்றுக் கொடுத்திருந்த டீச்சருக்கு என்னிடம் பிரத்தியேகமான வாத்சல்யம் இருந்ததனால் 'உள்ளே வா' என்று அழைப்பார். என்னுடைய இடுப்பையும் பாவாடையையும் பிடித்துக்கொண்டு நிற்கும் பிள்ளைகளைப் பார்த்து டீச்சர் கேட்பார்:

'பிள்ளைகளை ஏதாவது பள்ளிக்கூடத்தில் சேர்ப்பதுதானே?'

நாங்கள் பிள்ளைகள் மொத்தம் ஏழு பேர். ஒரு தங்கை, 'ஜமீலா' சிறு வயதிலேயே இறந்து போனாள். பின்பு இருப்பவர்கள் எனக்கு நேர் இளையவர்களான அப்துல் ரசாக், அலி, சபியா பீ, ரம்லத். எல்லாருக்கும் கடைசி ருஹாலத். உப்பாவின் பெயர் கோயக் குட்டி மாஷ். உம்மா கதீஜா. என் தம்பிக்கு என்னை விட ஆறு வயது குறைவு. மற்றவர்கள் எல்லாரும் ஒன்றரை இரண்டரை வயது வித்தியாசத்தில் இருப்பார்கள். உப்பாவின் தம்பி குஞ்ஞிப் போக்கர் முல்லா, கத்தீபாக இருந்தார். உம்மாவின் உப்பா கோயாலி மூஸா. அவரும் கத்தீபாக இருந்தார். கோயாலி வல்யூப்பா சொல்லிக் கொடுத்த கதைகள் ஏராளம். இவர்கள் இருவரும் மசூதியில் வயளு* சொல்பவர்கள். செறுவண்ணூர் சிறிய பள்ளிவாசலில் வயளு நடக்கும்போது வீட்டிலிருக்கும் எல்லாரும் வீட்டு வேலைகளைச் சீக்கிரமாக முடித்துக்கொண்டு

---

* பயான் என்ற அரபுச் சொல்லின் திரிபு. மார்க்கச் சொற்பொழிவு.

வயளு கேட்கப் பள்ளிவாசலுக்குப் போவார்கள். ‘தௌபா’ நேரத்தில் குறும்புக்காரச் சிறுவர்களான நாங்கள் வயளு கேட்க உட்கார்ந்திருக்கும் பெண்களின் முக்காட்டு நுனியிலும் உடையிலும் முந்தானையிலும் பெரிய கற்களைக் கட்டிவிடுவோம். வயளு முடிந்து அந்தப் பெண்கள் எழுந்திருப்பதே பெரிய வேடிக்கையாக இருக்கும். கல் கட்டிய முந்தானைகளுடனும் ஒன்றுக்கொன்று முடிச்சுப்போட்டு வைத்த உடைகளுடனும் பெண்கள் சண்டை போடுவதைப் பார்த்துச் சிரிப்பது அந்தக் காலத்தில் எங்களுடைய குறும்பு. வயளு கேட்டு அலுத்துப் போகும் போதுதான் எங்களுடைய இதுபோன்ற கலை நிகழ்ச்சிகளை நடத்துவோம். பள்ளிவாசலுக்கு கபறுகள் வழியாகத்தான் போக வேண்டும். இருந்தாலும் அன்றைக்கு எங்களுக்கு எந்தப் பயமும் இருக்கவில்லை.

❍

வல்யாப்பா, வீட்டுக்கே வந்து கை ரேகை பார்க்கும் குறத்திகளைக் கூப்பிட்டு வந்து குழந்தைகளான எங்களுடைய கையைப் பார்க்கச் செய்வார். பலமுறை அந்தக் குறத்திகள் வீட்டுக்கு வந்திருக்கிறார்கள். முக்கியமாகப் பார்ப்பது ‘கவர்மெண்டுச் சோறு’ தின்னும் பாக்கியம் இருக்கிறதா என்பதைத்தான். வல்யாப்பாவுக்கு என்னிடம் பிரத்தியேகப் பாசம் இருந்தது. ‘இப்படிக் குறும்புத்தனமாக விளையாடினாலும் அவ நல்லா வருவா’ என்றுதான் வல்யாப்பா, உம்மாவிடமும் மற்றவர்களிடமும் சொல்லுவார். நான்தானே குடும்பத்தின் முதல் வாரிசு. பாத்திமாபி. பிற்பாடு, பாத்திமாவின் ‘பா’வையும் ‘பி’ யையும் சேர்த்து டாட்டா ‘பாபி’ என்று மாற்றிவிட்டார். எஸ்.கே. பொற்றேகாட்டின் வீடான ‘சந்திரகாந்த’த்தில் வைத்து நடந்த முதல் சந்திப்பில்தான் இந்தப் பெயர் மாற்றம் ஏற்பட்டது. மஞூதி விஷயங்களைப் பற்றித்தானே சொல்லிக்கொண்டிருந்தேன். மிகச் சிறிய வயதிலேயே எனக்குப் பள்ளிவாசல் விவகாரங்களில் நெருக்கம் இருந்தது. பள்ளிவாசலையும் சுற்றுப் புறங்களையும் பெருக்கிச் சுத்தப்படுத்துவது நான்தான். வல்யாப்பாவுடன்தான் பள்ளிவாசலுக்குப் போவேன். மதம் மாறி வந்த ஒரு குயவன் இருந்தான். ஓடி என்று பெயர். மதம் மாறியதும் பெயரும் அப்துல் ரஹ்மான் என்று ஆனது. ஆசாமியுடன் சேர்ந்து நாங்களும் பள்ளிவாசல் வேலைகளைச் செய்வோம். அன்றைக்கெல்லாம் அப்படிப் பள்ளிவாசல் வேலைகளைச் செய்யப் பெண்களுக்கு எந்த விலக்கும் இருக்கவில்லை. இன்றைக்கானால் அது பெரிய பிரச்சனை ஆகிவிடும். இப்போதைய பெண் குழந்தைகளும் அதற்கெல்லாம் தயாராக இல்லை. அன்றைக்கு எல்லாம் நேர்ச்சைக்காக ஏராளமான பெண்கள் பள்ளிவாசலுக்கு

வருவார்கள். மூச்சுத் திணறலுக்கான நேர்த்திக் கடன் மஸூதியைப் பெருக்கிச் சுத்தம் செய்வது. மருந்துகளைவிட நேர்ச்சைகளில் மனிதர்களுக்கு விசுவாசம் அதிமாக இருந்தது. ஆஸ்துமா பாதித்த பெண்கள் துடைப்பத்துடன் வந்து பள்ளிவாசலையும் சுற்றுப் புறங்களையும் அடித்துப் பெருக்கிச் சுத்தப்படுத்துவார்கள். ஓடியும் பக்கெட்டும் தண்ணீருமாக அவர்களுக்கு ஒத்தாசை செய்வான். பள்ளிவாசலைச் சுற்றியும் பெரிய காடு. மீஸான் கற்கள் நொச்சிக் காட்டுக்குள்ளே இருந்து விழித்துப் பார்த்துக் கொண்டிருக்கும். சில சமயங்களில் தனியாகப் போகப் பயமாக இருக்கும். வல்யாப்பா கூட இருந்ததனால் மட்டுமே அன்று பல சாகசங்களையும் செய்ய முடிந்தது. வெள்ளிக் கிழமைகளில் தொழுகைக்கு நிறைய பேர் இருப்பார்கள். அன்று பள்ளிவாசலுக்குள் நடுவாக ஒரு ‘கொடை’யை விரிப்பார்கள். காசர்கோட்டிலிருந்த ஒருவர் கொடுத்தது அந்த விரிப்பு.

பிரார்த்தனைக்கு வந்திருப்பவர்கள் அதில் ஓரணா, இரண்டணா, நாலணா நாணயங்களைப் போடுவார்கள். அன்றைய காலத்தில் கத்தீபுகளுக்கு சம்பளமெதுவும் கிடையாது. இப்படி விசுவாசிகள் கொடையில் வீசுகிற நாணயங்கள்தான் அவர்களுடைய ஊதியம். அதைப் போலவே விலை மதிப்புள்ள சில பொருட்களையும் சன்மானமாக அளிப்பார்கள். பள்ளிவாசலில் சில விசேஷ நாட்களிலும் இது நடைபெறும். பதினேழாம் இரவு, இருபத்தேழாம் இரவு போன்ற இரவுகளில் கலத்தப்பம் சுட்டும் பத்திரி தயாரித்தும் பள்ளிவாசலுக்குக் கொண்டு சேர்ப்பார்கள். நெய்யப்பம், கரோலப்பம் போன்றவையும் இருக்கும். இவற்றையெல்லாம் பரப்பி வைத்து, முல்லாக்காவுக்கு உரியதை ஒதுக்கி வைத்துவிட்டுத் தொழுகைக்கு வந்தவர்கள் ஒன்றுசேர்ந்து தின்று தீர்ப்பது வழக்கம். எல்லாரும் சேர்ந்து ‘துவா’ இறைஞ்சியபின் மகிழ்ச்சியுடனேயே அந்த விசேஷ நாட்களில் பிரிந்து போவார்கள்.

❍

வல்யாப்பா ஐந்து திருமணங்கள் முடித்திருந்தார். முதலாவதாக மணம் முடித்திருந்தது டிரெயினிங் ஸ்கூலில் படித்துக்கொண்டிருந்த ஒரு பெண்ணை – கைரூம்மா வல்யும்மா. அன்று வல்யாப்பாவுக்கு இருபதே வயதுதான் ஆகியிருந்தது. வல்யாப்பாவின் வாப்பாவிடம் பள்ளிவாசலுக்கு வந்த ஒரு முல்லாக்கா சொல்லி ஏற்பாடான திருமணம் அது. இரவு வேளையில்தான் கைரூம்மா வல்யும்மாவைக் கல்யாணம் செய்தார். மக்ரிப் தொழுகை முடிந்ததும் ஆயத்தங்கள் தொடங்கின. கல்யாணப் பெண்ணுக்கு அலங்காரம் செய்து

நிறுத்திவைத்து மற்றப் பெண் பிள்ளைகள் ஒப்பனைப் பாட்டுப் பாடத் தொடங்கினார்கள். (ஒப்பனைக் கூட்டத்துக்கு நடுவிலிருக்கும்போதும் கல்யாணப் பெண்ணுக்குக் கொடும் தனிமையாகத்தான் இருக்கும்). அந்த வல்யும்மா முதல் பிரசவத்தில் 'கூர்க்கர' என்று இன்று சொல்லப்படும் வலிப்புக்கு ஆளாகி, வாயில் நுரை தள்ளி, சிகிச்சை கிடைக்காமல் மரண மடைந்தார். வல்யாப்பாவின் உம்மா வேண்டிய சிகிச்சைகள் செய்திருந்தபோதும் காப்பாற்ற முடியவில்லை. தாயத்து எழுதிக் கட்டுவது, மந்திரித்த நீரைத் தெளிப்பது போன்றவற்றை வல்யாப்பாவின் உம்மாதான் அன்று செய்து வந்தார். ஆட்களுக்கும் மருந்தைவிட மந்திரத்தில்தான் நம்பிக்கை இருந்தது. வல்யும்மா இறந்த பின்பு இன்னொரு பெண்ணைக் கட்டிக் கொள்வதற்காக வல்யாப்பா தேடலைத் தொடங்கினார். தாமதமில்லாமல் பக்கத்திலேயே இருந்த ஒரு பெண்ணை பெரிய ஆடம்பரம் எதுவுமில்லாமல் திருமணமும் செய்துகொண்டார். அந்த வல்யும்மாவும் இரண்டாவது பிரசவத்தில் செத்துப் போனார். முதலாவது குழந்தை பள்ளிமக் குட்டி. இரண்டாவது மகள் ஆயிஷா குட்டி. முந்தைய இரவு குளத்துக்குப் போய்க் குளித்து விட்டு வந்து படுத்திருந்தவர்தான் வல்யும்மா. அன்றைக்கெல்லாம் பிரசவத்தில் உம்மாக்கள் செத்துப்போவது சகஜம். இன்று இருப்பதுபோல தேர்ந்த சிகிச்சைகள் கிடைக்காததனாலேயே அப்படிச் சம்பவித்தது. வல்யூப்பா வெகுநாட்கள் 'இந்த ரண்டு பிள்ளைகள் போதும். இனி பெண்ணைக் கட்ட வேண்டாம்' என்று தீர்மானித்திருந்தார். ஆனால் ஃபரோக்கைச் சேர்ந்த பெண் ஒருத்தியை மூன்றாவதாகத் திருமணம் செய்தார். இரண்டு பெண் குழந்தைகளைப் பார்த்துக்கொள்ளத் தன்னால் முடியாது என்று அந்தப் பெண் வல்யாப்பாவை விட்டு விட்டுப் போனாள். வெளிமுக்கிலிருந்து நான்காவது பெண்ணைக் கட்டிக் கொண்டு வந்தார் வல்யாப்பா. நல்ல பெண். பெயர் பாத்திமா குட்டி. இரண்டு பெண் குழந்தைகளையும் அவர் நன்றாகவே பார்த்துக்கொண்டார். தலைவாரி விட்டும், பேன் பார்த்தும், குளிப்பாட்டியும் சொந்தக் குழந்தைகளாகவே கவனித்து வளர்த்தார். வல்யூப்பாவின் உம்மாவுக்கும் எல்லாருக்கும் பெரும் மகிழ்ச்சி. வல்யாப்பா வேறு ஒரு வீடெடுத்து வல்யும்மாவுடன் குடித்தனம் ஆரம்பித்தார். வல்யும்மா மூன்று ஆண் பிள்ளைகளைப் பெற்றெடுத்தார். அவரான் குட்டி மூத்தவன். இரண்டாவது என் வாப்பா. மூன்றாவது அஹம்மது. அவனுக்கு மூன்று வயதாக இருக்கும்போது பாத்திமா குட்டிக்குப் பெரியம்மை போட்டது. அவர் மக்களைத் தங்கமாகப் பார்த்துக் கொண்டார் என்று சொன்னேன் இல்லையா? எல்லாருக்கும் சோற்றைப் போட்டுவிட்டு மிஞ்சிய கஞ்சித் தண்ணீரை மட்டுமே குடித்துக்

கொண்டுகூட இருந்திருக்கிறார் என்று வல்யாப்பாவின் உம்மா சொல்லிக் கேட்டிருக்கிறேன். உடம்பு முழுவதும் வைசூரி போட்டிருந்தது. சிகிச்சைக்காக அவரை இன்னொரு வீட்டுக்கு மாற்றித் தங்க வைத்தார்கள். பாத்திமா குட்டிக்கு இனி என்ன ஆகப் போகிறது என்று தெரியாது. ஐந்து பிஞ்சுக் குழந்தைகள். அவரையும் பிள்ளைகளையும் கவனித்துக்கொள்ள ஆள் வேண்டாமா? பாத்திமா வல்யும்மாவின் காரணவர் தன்னுடைய உம்மாவிடம் சொன்னார்: ‘பாத்திமா குட்டியின் தங்கையைப் புதியாப்பிளைக்குக் கட்டிக் கொடுக்கலாம்.’ பாத்திமா வல்யும்மாவின் உம்மா திருப்பிக் கேட்டார்: ‘அவளுக்குப் பத்தோ பதினொண்ணோ வயசுதானே? அஞ்சாவது கல்யாணமாச்சே, பிள்ளைகளுக்காகன்னாலும் இந்த நிக்காஹ் சரியா?’ ‘அதை நாம அவகிட்டயே கேட்டுப் பார்ப்போம்’ என்றார் காரணவர்.

அப்படியாக, வல்யும்மா இறந்து அறுபது நாட்கள் கழிந்த பிறகு அவளை அழைத்து உம்மாவே விஷயத்தைச் சொன்னார்:

‘ஏ, மோளே, உம்மா ஒரு விஷயம் சொல்றேன். நீ எந்தத் தடங்கலும் சொல்லக் கூடாது.’

‘அதென்னா உம்மா, நீங்க சொல்லுங்க. வருத்தப்படாம விஷயத்தைச் சொல்லுங்க.’

அவளுக்கு வருத்தமாகத்தான் இருந்தது. உம்மா தயங்கித் தயங்கி விஷயத்தைச் சொன்னார்: ‘மோளே, புதியாப்ளைக்கு உன்னக் கல்யாணம் முடிக்கலாம்னு காரணவர் சொல்றாங்க.’

அதைக் கேட்டதும் ஆயிஷா குட்டி ‘என்னோட அல்லாவே’ என்று அலறிக்கொண்டு ஓட்டம் பிடித்தாள்.

‘என்னாலே அது முடியாதும்மா’ என்று சுவரிலும் தரையிலும் தலையை முட்டிக்கொண்டு தன்னுடைய எதிர்ப்பைக் காட்டினாள். இத்தாத்தாவின் சின்னக் குழந்தைகள் அவளைக் கட்டிக்கொண்டு அழுதன. கடைசியில் ஆயிஷா குட்டி சம்மதித்தாள். உடனடியாக வல்யுப்பாவுக்குத் தகவல் தெரிவித்தார்கள். அவர் பள்ளிவாசலில் இருந்தார். எதிர்பாராமல் நடந்த சம்பவம் என்பதனால் வீட்டையும் சுற்றுப்புறத்தையும் சுத்தப்படுத்தவும் சமைக்கவும் உடனடி ஏற்பாடுகள் செய்யப்பட்டன. இரண்டு நல்ல துடைப்பங்கள், கொஞ்சம் குருணை அரிசி, மிளகு, சமைப்பதற்கான இதர சாமான்கள். அதற்கிடையில் இன்னொரு சம்பவமும் நடந்தது. ஆயிஷா குட்டியுடன் திரிந்துகொண்டிருந்த ஆமினா என்ற சிறுமி இருந்தாள். வீட்டு வேலைகளில் ஒத்தாசை செய்வதற்காக அவளையும் கூடவே அழைத்து வந்தார்கள். குழந்தைகளைப்

பார்த்துக்கொள்ளவும் வீட்டு வேலைகளில் உதவி செய்யவும் ஆகுமே? உம்மச்சி சம்மதம் பெற்று ஆமினாவையும் அங்கே கூட்டிக்கொண்டு போனார். பரப்பனங்காடியில் வண்டி ஏறி ஃபரோக்குக்கு வந்து சேர்ந்தார்கள். வந்த உடன் வீட்டைத் துப்புரவாக்கித் தேவையான மராமத்துப் பார்த்துக் குடித்தனமும் தொடங்கினார்கள்.

பெரிய பள்ளிவாசலுக்கு அருகில்தான் ஸ்ராம்பியா. சிறிய பள்ளிவாசல். வல்யாப்பா அங்கேதான் வசித்தார். என்னுடைய குழந்தைப் பருவம் பற்றி முன்பே சொன்னேன் இல்லையா? பயங்கரக் குறும்புக்காரி. இருந்தாலும் சின்னக் குழந்தைகளைக் கவனித்துக் கொண்டது நான்தான். சிகிச்சைக்காக வல்யாப்பாவிடம் கர்ப்பிணிகள் வரும்போது உதவி செய்வதும் நான்தான். தண்ணீரை மந்திரித்துக் கொடுக்கவும் பிரசவிப்பதில் சிக்கல் இருக்கும் என்ற அடையாளம் காட்டும் பெண்களுக்கு வெற்றிலை மந்திரித்துக் கொடுக்கவும் நான் உதவி செய்வேன். சில சமயம் பேறு காலம் தாண்டியும் பிரசவம் நடக்காத பெண்ணைக் கூட்டிக்கொண்டு 'என்னோட முல்லாக்கா... காப்பாத்துங்க முல்லாக்கா' என்று வருபவர்களுக்குப் பிரத்தியேக சிகிச்சை இருந்தது. சிகிச்சை அல்ல; மந்திரிப்பு. வல்யாப்பா சொல்லும் பச்சிலைத் தளிரைப் பறித்து வருவேன். ஒரு சின்ன அம்மிக் கல் இருக்கும். அந்தத் தளிரை அம்மியில் வைத்து கர்ப்பிணிப் பெண்ணிடம் கீழ் நோக்கி அரைக்கச் சொல்லுவார். மேல் வாக்கில் அல்ல. கீழ் வாட்டில் மட்டுமே அரைக்கச் சொல்லுவார். அதுதான் சிகிச்சை. அரைத்து முடிந்ததும் அதை அந்தப் பெண்ணின் வாயில் புகட்டுவார். அரைக்கத் தொடங்கிப் பாதியாவதற்குள் பிரசவம் நடக்க வேண்டும் என்பதுதான் சட்டம்.

நான் அடுப்படியுடன் ஒண்டி நிற்பவள் அல்ல. அன்றைக்கெல்லாம் நான் எவ்வளவு தூரம் நடந்திருக்கிறேன், தெரியுமா? ஹூம், அதெல்லாம் ஒரு காலம். நான் போகாத மரத்தடியே கிடையாது. எல்லா இடங்களிலும் மேய்ந்து கொண்டு நடப்பேன். பக்கத்திலிருப்பவற்றில் நான் ஏறி இறங்காத வீடுகளே கிடையாது. எல்லா இடத்திலும் எனக்கு வரவேற்பு காத்திருக்கும். இளம் பருவத்தில் நான் பொறுக்கிச் சேர்த்த மாங்காய்கள் ஏராளம். துணைக்கு நிறைய தோழிகளும் இருப்பார்கள். ஓணத்துக்கும் பெருநாளுக்கும் ஒரே போலப் பலகாரங்கள் கிடைக்கும். குட்டி மாளு, சுரிகா, மாயக் குட்டி இவர்கள்தாம் என்னுடைய கூட்டாளிகள்.

○

அன்று மதரஸாக் கல்வி என்று எதுவும் இருக்கவில்லை. வீட்டில்தான் ஆரம்பக் கல்வி. வீட்டில் வேலைகள் ஏராளமாக இருக்கும். கிணற்றிலிருந்து நீர் இறைப்பது அதில் ஒன்று. தண்ணீரை இறைத்து இறைத்து என் விரல்கள் காய்ப்பேறிப்போகும். அது முடிந்தால் ஓத்து பள்ளி வேலைகளைச் செய்ய வேண்டும். ஆறேழு வயதுவரைக்கும் இப்படித்தான் இருந்தேன். ஆனால் உம்மாவுக்கு அதுமட்டுமே போதுமானதாக இல்லை. என்னைப் பள்ளிக்கூடத்தில் சேர்க்க வேண்டும் என்ற ஆசை வந்தது. வல்யாப்பாவின் பள்ளிக் கூடத்திலேயே சேர்த்து விட்டார்கள். சில வருடங்கள் அங்கே படித்தேன்.

எங்கள் வீட்டுக்கு எதிரில்தான் ரயில் தண்டவாளம். ரயில் வரும் சத்தம் கேட்டதும் வல்யும்மா தொடங்கிவிடுவார். 'எங்கேடி பிள்ளைகள்?' என்று கேட்டுப் பேஜாராகிவிடுவார். குழந்தைகளை வெளியே அனுப்ப அவ்வளவு பயம். 'மோளே, நீ இத்தனையெல்லாம் படிச்சாச்சே, இனி இந்தக் குழந்தைகளைப் பார்த்துக்கோ' என்றார் வல்யும்மா. அப்போது எனக்கும் படிப்பு போதும் என்றே தோன்றியது. பிள்ளைகளைப் பள்ளிக்கூடத்துக்கு அழைத்துக்கொண்டு போகவும் வரவும் குளிப்பாட்டவும் அதுதான் நல்லது என்று பட்டது.

படிக்கப் போகாமல் இரண்டு வருடங்களைக் கழித்தேன். ஒரு ஆயாவைப்போல குழந்தைகளின் காரியங்களைக் கவனித்துக் கொண்டேன். ரசாக்கை முதல் வகுப்பில் சேர்த்தார்கள். அலியையும் அங்கேயே உட்காரவைத்துக் கற்றுக் கொடுப்பதாக டீச்சர் சொன்னார். நானும் அங்கேயே படிக்கலாமே என்று சொன்னார். நான் ஐந்தாம் வகுப்பில் சேர்ந்தேன்.

ஆனால் வீட்டில் பெரிய கலவரம். உம்மச்சிக்கு அழுகையோடு அழுகை. குழந்தைகளைப் பார்த்துக்கொள்ள முடியாமல் போய்விடுமே என்ற பயம் உம்மாவுக்கு.

ஒரு சுலோசனா டீச்சர் இருந்தார். அவர் வற்புறுத்திக் கொண்டிருந்தார். இன்னொரு பள்ளிக்கூடத்திலிருந்து இங்கே சேர சர்ட்டிபிகேட் வேண்டுமே? என்னால் ஒன்றாம் வகுப்பிலோ இரண்டாம் வகுப்பிலோ சேரவும் முடியாதே? வயதும் பத்துப் பதினொன்று ஆகிவிட்டது. தேவையான எல்லாவற்றையும் சுலோசனா டீச்சரே செய்தார். வாப்பாவுக்குச் சந்தோஷம். ஆனால் உம்மச்சியின் பேஜாரைப் பார்த்து எதற்கும் ஒப்புக்கொள்ள முடியாத நிலைமை.

ஐந்தாம் வகுப்பு முதல் ஏழாம் வகுப்புவரைக்கும் அங்கேயே படித்தேன். நல்ல மதிப்பெண்கள் வாங்கினேன். எல்லாப்

பரீட்சைகளிலும் நூற்றுக்கு நூறு. இன்ஸ்பெக்ஷன் நடக்கும். அதில் கணக்கு கேட்பார்கள். நோட்டில் எழுதியிருப்பதிலிருந்து கேள்வி கேட்பார்கள். இதெல்லாம் உண்டு.

ஒரு நாள் இன்ஸ்பெக்ஷனுக்காக வந்தவர் 'பாத்திமா யாரு?' என்று கேட்டார். சுலோசனா டீச்சர் அட்டியாக அடுக்கி வைத்திருந்த நோட்டுப் புத்தகங்களிலிருந்து ஒன்றை எடுத்துப் பார்த்துக்கொண்டே இந்தக் கேள்வி.

அதைக் கேட்டதும் பயத்தில் எனக்கு கிடுகிடுவென்று நடுங்க ஆரம்பித்துவிட்டது. எழுந்து நின்றேன். பிள்ளைகள் மத்தியில் என்னை நிற்க வைத்துக்கொண்டு இன்ஸ்பெக்ஷனுக்கு வந்த மாஷ் ஒவ்வொன்றாகக் கேட்டார். 'வீடு எங்கே?' நான் இடத்தைச் சொன்னேன். யாருடைய மகள் என்று கேட்டதும் கோயக் குட்டி மாஷின் மகள் என்றேன். கோயக்குட்டி மாஷ் என்று கேட்டதும் அவருக்கு மகிழ்ச்சியாகிவிட்டது. 'ஆஹா, அதுதானே, நீ எப்படி நல்லாப் படிக்காமப் போவே? நான் ஒரு கடிதம் தர்றேன். கக்கோட்டி ஸ்கூலுக்கு. கோயக் குட்டி மாஸ்டர்கிட்டே சொன்னாப் போதும்.' வீட்டுக்கு வந்து இதைச் சொன்னதும் உம்மச்சி அலறத் தொடங்கிவிட்டார். 'இந்தச் சின்னப் பிள்ளைகளை வைத்துக்கொண்டு எங்கேயும் போக முடியுமா?' என்று சொல்ல ஆரம்பித்துவிட்டார். ஆனால் போய்த் தான் ஆக வேண்டும். சுலோசனா டீச்சரும் வல்யுப்பாவும் அதற்கு ஏற்பாடு செய்தார்கள்.

சிக்ஸ்த் ஃபாரம் பாஸான பின்பு பல இடங்களிலிருந்தும் திருமண விசாரிப்புகள் வரத் தொடங்கின. வரும்போதெல்லாம் அவற்றை உதறித் தள்ளிவிட்டு 'நான் இன்னும் படிக்கணும்... படிக்கணும்' என்று எதிர்ப்பு தெரிவித்துக் கொஞ்ச காலம் தப்பித்தேன். ஆமினா ஒருநாள் வீட்டுக்கு வந்து சொன்னார்: 'என்னோட மோளே, படிச்சதெல்லாம் போதும். நெறயத்தான் படிச்சாச்சே. இனி இந்தக் கித்தாபுகளை ஒதுக்கி வெச்சுட்டு நாங்கள் சொல்றதுபோல அனுசரிச்சு நடந்துக்கோ.'

நான் அனுசரிக்கத் தீர்மானித்தேன்.

○

பொழுது விடிந்தால் உப்பாவுக்குப் பலப்பல வேலைகள். உப்பா ஒரே சமயம் மாஷாகவும் முல்லாக்காவாகவும் இருந்தார். நேரம் வெளுத்ததும் பீடி இலைகளை அறுத்துக் கட்டி வைப்பார். அது முடிந்ததும் ஓத்து பள்ளிக்குப் போய்ப் பிள்ளைகளுக்கு அரபி கற்றுக் கொடுப்பார். அதுவும் முடிந்ததும் டியூஷனுக்கு வரும் பிள்ளைகளுக்குப் பாடம் எடுப்பார். பீடிக்கு நறுக்கிவைத்த

இலைகள் பறந்து விடாமலிருக்க பாரமான கல்லை வைக்க வேண்டும். அது என்னுடைய வேலை. அந்த மாதிரி வேலைகளுக்கு இடையில்தான் வாசிப்பும் நடக்கும். நூலகத்திலிருந்து தம்பிகள் எடுத்துவரும் புத்தகங்கள் மூலமாகத்தான் பஷீர், கே.டி முகம்மது போன்றவர்களின் பெயர்களை முதன்முதலாகத் தெரிந்துகொண்டேன். அந்தக் காலத்தில்தான் ஆயிரத்தோரு இரவுகளையும் வாசித்திருந்தேன். இரவுத் தொழுகை முடிந்ததும் உப்பா "மோளே வாசி" என்று சொல்லுவார். நூற்றியோரு திக்ரா சொல்லுவேன். அதைச் சொல்லுவது எவ்வளவு அழகானது தெரியுமா?

பீடி இலையைக் கட்டாகக் கட்டிக் காய வைத்துப் பிறகு புதுக் கட்டாகக் கட்டி வைப்பதில் உப்பாவுக்கு சகாயம் செய்வேன். அதில் சுவாரசியம் இருந்தது. வெயில் இல்லை என்றால் பத்திரிச் சட்டியில் மணலைப் போட்டு அதன் மேல் இலைகளைப் பரப்பிவைத்துச் சூடாக்குவேன். ஸ்கூலுக்குப் போகும் போது மயமூக்கன் கடையில் கொடுப்பதற்காக இலைக் கட்டையும் தோள் பையில் போட்டுக் கொள்வேன். பத்துக் கட்டு. அதைக் கடையில் கொடுத்த பிறகுதான் பள்ளிக்கூடத்துக்குப் போவேன். அன்றெல்லாம் முஸ்லிம் பெண்கள் அதிகமாகப் படிக்கப் போகமாட்டார்கள். ஆனால் என்னுடைய வல்யாப்பா தனது சகோதரி ஒருத்தியை டீச்சராக்கியிருந்தார்.

○

எங்கள் பள்ளியில் ரிடையர்ட் ஆகும் வயதை எட்டிய குறுப்பு மாஸ்டர் இருந்தார். இன்னும் மூன்று மாதமானால் பென்ஷன். அந்த இடத்துக்கு ஒரு புதிய ஆசிரியர் தேவைப்பட்டார். ஆறாம் ஃபாரம் முடித்து முன்னோக்கு ஆசிரியர் பயிற்சியையும் முடித்திருந்தேன். எனவே எனக்கு அந்தப் பள்ளியிலேயே ஆசிரியையாகும் எண்ணம் ஏற்பட்டது. பள்ளித் தோழிகளான தேவகி, சௌதாமினி இருவரும் வேறு பள்ளிக்கூடத்துக்கு மாறிப் போகிறார்கள். "பாத்திபி, நாம சேர்ந்து ஒரு போட்டோ எடுத்துக்கலாம்" என்று சொன்னார்கள். எல்லாருக்கும் சம்மதம். செறுவண்ணூரில் அன்றைக்கு ஜெஸ் ஸ்டூடியோ இருந்தது. அப்போதெல்லாம் ஸ்டூடியோவில் எடுத்த படங்களை வெளியே மாட்டிவைப்பது வழக்கம். எங்கள் படத்தை வெளியில் மாட்ட வேண்டாம் என்று கேட்டுக்கொள்ள வேண்டும் என்று முடிவு செய்தோம். சேலை கட்டிக்கொண்டுதான் போட்டோ எடுத்துக்கொள்ளப் போனோம். பாவாடையும் தாவணியும்தான் அந்தக் காலத்தில் பொதுவான உடை. சேலை கட்டியிருக்கும் போட்டோவை யாரும் பார்த்துவிடக் கூடாது என்று இருந்தது.

'என் உப்பப்பாவுக்கு ஒரு ஆனையிருந்தது' என்ற புத்தகம் அன்று பத்தாம் வகுப்புக்குத் துணைப் பாடமாக இருந்தது. கம்யூனிஸ்ட் மந்திரி சபை அதற்கு அனுமதி கொடுத்திருந்தது. சாலைப் புறம் காங்கிரஸ்காரார்களும் முஸ்லிம் லீக்குக்காரார்களும் இந்தப் புத்தகம் குழந்தைகளுக்குப் பாடமாக வைக்கத் தகுதியானது அல்ல என்று எதிர்ப்பு தெரிவித்துக்கொண்டிருந்தார்கள். ஜோசப் முண்டசேரி மந்திரியாக இருந்ததனால்தான் அது பாடப் புத்தகமாக ஆக்கப்பட்டிருந்தது. என் தம்பி பத்தாம் வகுப்பில் படித்துக்கொண்டிருந்தான். அப்படி அந்தப் புத்தகத்தை நானும் வாசித்தேன்.

பஷீருக்கு மனநிலைப் பாதிப்பு ஏற்பட்டிருந்த சமயத்தில்தான் கல்யாணப் பேச்சும் நடந்தது. அதற்குக் காரணம் ஒரு சம்பவம். 'என் உப்பப்பாவுக்கு ஒரு ஆனையிருந்தது' கதையை நாடகமாக்க ஒரு குழு கோழிக்கோட்டுக்கு வந்தது. கேந்திர கலாசமிதி என்றோ என்னவோ பெயர். நாவலை நாடகமாக்கி மக்கள் இடையே நடத்த வேண்டும் என்பது குழுவின் நோக்கம். அத்தோடு விவாதத்தின் பொக்கைத்தனம் எல்லாருக்கும் தெரிந்துவிடும். அப்துல்லா சாகிப், எம்.டி. வாசுதேவன் நாயர், திக்கோடியன், பட்டத்துவிள கருணாகரன், சோபனா பரமேஸ்வரன் நாயர் எல்லாரும் இருந்தார்கள். அன்றைக்குத் தலைக்குத் தளம்வைத்து மருத்துவ சிகிச்சையில் இருந்தார் பஷீர்.

○

தலையோலப்பறம்பு வீட்டில் எல்லாரும் இருந்தார்கள். அது ஒரு பிரத்தியேகமான வீடாக இருந்தது. நான்கு பக்கங்களிலும் பெரிய சார்ப்புள்ள அறைகள். நடுவில் ஒரு அறை. அதன் ஒரு பாகத்தில்தான் இவருக்குச் சிகிச்சை கொடுத்துக்கொண்டிருந் தார்கள். மற்ற குடும்ப நபர்கள் எல்லாரும் அதே அறையில்தான் ஒன்றாகப் படுத்து உறங்கினார்கள். நாவலை நாடகம் ஆக்குவதற் காகப் பஷீரைக் கோழிக்கோட்டுக்கு அழைத்து வர வேண்டும் என்ற அபிப்பிராயம் நிலவிக்கொண்டிருந்தபோது நடந்த சம்பவம் இது. கோழிக்கோட்டிலிருந்து இரண்டு கார்களிலாக ஒரு குழு தலையோலப்பறம்புக்குப் போனது. குடும்ப நபர்கள் எல்லாரும் ஒன்று கூடியிருந்தார்கள். இந்த மனிதர் மட்டும் நடு அறையில் தனியாக. 'பாத்தும்மாவின் ஆடு' எழுதிக்கொண்டிருந்த காலம். பாத்தும்மா வருவதும் கதீஜா வருவதும் அவளுடைய கணவன் வருவதும் எல்லாம். இது நல்ல சங்கதியாக இருக்கிறதே என்று புரிந்தது. ஆடு பாய்ந்து நடப்பது வெற்றிலையை இழுத்து மெல்லுவது பாத்திரத்தில் வைத்த பழத்தை எடுத்து விழுங்குவது எல்லாமும்தான். இத்தனை களேபரத்துக்கு நடுவில் இந்த

மனிதர் இதையெல்லாம் கவனித்துக் கொண்டிருக்கிறார் என்பது யாருக்கும் தெரியவில்லை. யாராவது கஞ்சித் தண்ணீர் கேட்டு வருவார்கள். அன்று அரிசிக்குப் பஞ்சம் வந்திருந்த காலம். ஆண்களுக்கு மட்டுமே சோறு. பாத்தும்மா மட்டும் கொஞ்சம் தள்ளிக் குடியிருந்தாள். அவளுடைய கணவனுக்கு டவுனில் வியாபாரம். சிறிய குழந்தைகளை ஆட்டுப் பால் குடிக்க வைப்பாள். ஆட்டின் கால்களை இறுக்கிப் பிடித்துக் கொண்டு பிள்ளைகளைப் பால் குடிக்கச் செய்வாள்.

என்னைக் கல்யாணம் பேசுவதற்கு முன்பு நடந்தவை இவையெல்லாம். அன்று 'பாத்தும்மாவின் ஆடு' புத்தகமாக வந்திருக்கவில்லை. பஷீர் அதன் படைப்பாக்கத்தில் ஈடுபட்டிருந்தார்.

எல்லாருடைய வற்புறுத்தலுக்கும் இணங்கி நாடகச் செயல்பாட்டுக்காகப் பஷீர் கோழிக்கோட்டுக்கு வந்தார். எஸ்.கே.பொற்றேகாட்டின் சந்திரகாந்தம் வீட்டில் இருந்துதான் நாடகத்தை எழுதினார். இதற்கிடையில் ஜெஸ் ஸ்டூடியோவுக்குப் போயிருந்த முல்லா அப்துரஹிமான் சாகிப் சுவரில் மாட்டியிருந்த எங்களுடைய போட்டோவைப் பார்த்திருக்கிறார். ஸ்டூடியோவி லிருந்து போட்டோவை வாங்கி வந்து காட்டியபோது பஷீர் சொன்னாராம் 'டே, அவ சின்னப் பொண்ணு.'

இருக்கட்டுமே, ஒரு தடவை போய்ப் பார்ப்போமே என்று வற்புறுத்தி இருக்கிறார்கள். எல்லாரும் சேர்ந்து எங்கள் வீட்டுக்கு வந்தார்கள். எல்லாரும் எழுத்தாளர்கள். எம்.டி., எம்.வி. தேவன், வி. அப்துல்லா ஆகியோர் இருந்தார்கள். அவர்கள் கட்டாயப்படுத்தியதால் பஷீரும் வந்தார். ஒரு தடவை பார்ப்பது. அவ்வளவுதான். எந்த எதிர்பார்ப்புமில்லை. நான் பள்ளிக்கூடத்துக்குப் போனால் மத்தியான்னம் வீட்டுக்கு வரமாட்டேன். சாயங்காலம் வந்த பிறகுதான் சோறுண்பேன். அன்று மாலை வீட்டுக்கு வந்தபோது நிறைய ஆட்கள் முற்றத்தில் நின்று வல்யுப்பாவுடன் பேசிக்கொண்டிருக்கிறார்கள். நான் வேகமாக அடுப்படிக்குப் போய் சோற்றைச் சாப்பிட்டேன். அப்போதும் உம்மச்சி எந்தக் குறிப்பையும் காட்டவில்லை. கொஞ்சம் கழித்து யாரோ கதவில் தட்டுவது கேட்டது. உம்மச்சி கதவைத் திறந்து யார் என்று விசாரித்தார். திறக்கும்போது கதவு பயங்கரான ஓசை எழுப்பியது.

'நான்தான் அப்துரஹிமான்.'

'அல்லா, இதென்னா?'

செறுவண்ணூரில் நல்ல காரியங்கள் செய்கிறவர் முல்லை வீட்டில் அப்துரஹிமான் சாகிப். திருமணம் செய்ய வசதியில்லாத

பெண்களுக்குப் பொருளுதவி செய்து திருமணம் நடத்தி வைப்பது போன்ற நல்ல காரியங்களைச் செய்கிறவர்.

உம்மச்சியிடம் வந்த விஷயத்தைச் சொன்னார். 'என்னோட சிநேகிதருக்காக உங்க மகளைப் பெண் கேட்டு வந்திருக்கோம்.'

அதைக் கேட்டதும் உம்மச்சிக்கு நாக்கு அடங்கிப் போனது.

வாயில் போட்ட சோறு அண்ணத்தை விட்டு இறங்காமல் தொண்டைக்குள்ளேயே தடைப்பட்டதுபோல ஆனது எனக்கு. அப்துரஹிமான் எட்டி நின்று சொன்னார்: 'பேஜாராக வேண்டாம். நான் நல்ல காரியந்தானே சொன்னேன்.'

ஆனால் எனக்குப் பேஜாரானது.

அவர் கையில் ஒரு போட்டோ இருந்தது.

அதை என்னிடம் காட்டினார். நான் வெலவெலத்துப் போனேன்.

எலும்பும் தோலுமாக, தலையில் முடியே இல்லாமல் ஒரு முகம். கண்ணூரிலோ கோழிக்கோட்டிலோ சிறையில் கிடந்த காலத்தில் போலீஸ்காரர்களின் துப்பாக்கிக் கட்டையால் அடி வாங்கிய தழும்பு முகத்தில். இடங்கழி எண்ணெய் தேக்கி வைக்கிறாற்போலக் கன்னத்தில் குழி. பார்த்தால் பயந்து விடுவோம். போட்டோவில் பார்த்தாலே பழைய ஆசாமி என்று தெரிந்தது.

'இதாரு உம்மா?' என்று கேட்டேன். எனக்கு அவர் யாரென்றோ என்னவென்றோ எதுவும் தெரியவில்லை.

'இதாரு சொல்லுங்க உம்மா.'

'இதானே மோளே வைக்கம் முகம்மது பஷீரு.'

'இங்கென்னாத்துக்கு?'

'அவருக்குப் பொண்ணு வேணுமாம்.'

பெண்ணா? எனக்குப் புரியவில்லை. அதனால் ஆவலாதியோடு அந்தத் துடுக்குக் கேள்வியைக் கேட்டேன்.

'இவரு இப்பவும் உசிரோடேயிருக்காரா?'

எல்லாரும் சேர்ந்த கூட்டுச் சிரிப்புத்தான் பதிலாக வந்தது. ஆனால் என் மனதுக்குள் அந்தக் கேள்வியே இருந்தது. பஷீர் நாற்பதுகளிலோ என்னவோ பிறந்தவராயிற்றே. இன்னுமா இவருக்குக் கல்யாணம் முடியவில்லை. அது போகட்டும்

உயிரோடுதான் இருக்கிறாரா என்ன? மொத்தத்தில் எனக்குப் பயமாகவே இருந்தது. இங்கே என்ன நடக்கிறது?

முல்லைவீட்டில் அப்துரஹிமான் சொன்னார். 'அவருக்கு அதிக வயசொண்ணும் ஆகல. நாப்பது வயசு இருக்கும். அவ்ளோதான். அதுக்கு மேலே இல்ல. உப்புசத்தியாக்கிரகத்திலயும் சுதந்திரப் போராட்டத்திலேயும் கலந்துக் கிட்டவர். அதனால உண்டான கொஞ்சம் சோர்வு மட்டுந்தான். போட்டோல பார்க்கத்தான் நல்லா இல்ல.' எனக்கு சங்கதி பிடிபட்டது. ஜெஸ் ஸ்டூடியோவில் மாட்டியிருந்த படத்திலிருந்த சேலை கட்டிய பெண்மேல்தான் கண் வைத்திருக்கிறார்கள்.

'நீங்க சொல்றத நம்பறேன். என்னோட வாப்பச்சி கிட்டே கேக்கணுமே?' இடறுகிற குரலில் சொன்னேன்.

'வாப்பச்சிட்டே சொல்லிக்கலாம். ஒங்க சம்மதந்தான முக்கியம்.'

தொண்டை இடறலுடன் சொன்னேன்.

'வாப்பாட்டேயும் சொல்றோம். ஒங்க சம்மதமும் மோளோட சம்மதமும்தான் பிரதானம். என் தம்புரானே, எத்தனை புத்தகங்களை வாசித்திருக்கிறேன். இவர் உயிரோடிருக்கிறாரா என்பதை நான் யோசிக்கவேயில்லையே. வைக்கத்திலோ தலையோலப்பறம்பிலோ எங்கோ இருக்கிறார் என்றார்கள். திருவிதாங்கூரில், திருவனந்தபுரத்திலிருந்து நீண்ட தூரம் போக வேண்டும். பத்தாம் வகுப்பு படிக்கும்போது எர்ணாகுளம் வரைக்கும் போயிருக்கிறேன். அதற்கு அப்பால் உலகத்தைப் பார்த்ததில்லை. வெண்டுருத்தி என்றோ என்னவோ பெயருள்ள ஒரு கப்பலைக் காண்பித்தார். கருடா என்ற பெயர் வைத்த விமானத்தையும். நாங்கள் சில பிள்ளைகளை அதையெல்லாம் பார்ப்பதற்காக தேவகி டீச்சர்தான் அழைத்துப் போனார்கள். அதைத் தாண்டி வேறு ஒரு உலகத்தை நான் பார்த்ததில்லை. அப்படிப்பட்ட ஒரு பெண்ணைத் திருமணம் செய்ய உலகம் முழுவதும் சஞ்சரித்த ஒருவர் வந்திருக்கிறார். 'ன்னோட ரப்பே!' உம்மா 'நீ என்ன சொல்றே' என்ற பாவத்துடன் என் முகத்தைப் பார்த்தார். 'வாப்பச்சிகிட்டே கேளுங்க' என்றேன்.

அப்துரஹிமான் சாயபுவிடம் உம்மா சொன்னாள்: 'மோள் தப்பா ஒண்ணும் சொல்லலே. உப்பாக்கு இஷ்டம்னா அப்படியே ஆகட்டும்னு சொல்றா.' உம்மாவின் அபிப்பிராயத்தைத் தெரிந்து கொண்ட அப்துரஹிமான் படியிறங்கிப் போனார்.

அதற்கு அடுத்த நாள் நான் ஸ்கூலுக்குப் போனேன். மறுநாள் முதல் போகவில்லை. போகவேண்டாம் என்று உம்மா சொல்லிவிட்டதால் போகவில்லை. 'மோளே, இனி போதும் படிச்சது. முல்லவீட்டில் அப்து ரஹ்மான் வீட்டுக்காரங்க எல்லாம் நல்லவங்க. அவங்களுக்கெல்லாம் பஷீரைப் பிடித்திருக்கிறப்போ நாமும் சம்மதிக்கறதுதான் நல்லது.' உம்மாவின் அபிப்பிராயம் இதுவாக இருந்தது. உம்மா அப்படிச் சொன்னபோது என்னாலும் மறுத்து எதையும் சொல்ல முடியவில்லை. முல்லவீட்டில் அப்துரஹிமான் குடும்பத்தவர்கள் மேல் உம்மாவுக்குப் பெரிய மரியாதை. தறவாடிகள் என்பார். அதனாலேயே கௌரவமான ஒருவரைத்தான் அப்துரஹிமான் சாகிப் கொண்டு வருவார் என்றும் உம்மா உறுதியாக நம்பினார்.

'செறுவண்ணூரிலே டாக்டர் கோயா வீட்டிலே உன்னப் பாக்க பஷீர் வருவார்' என்றார் உம்மா.

செறுவண்ணூர் டாக்டர் கோயா கார் அனுப்பியிருந்தார். நானும் என் இளைய சகோதரர்களும் வல்யுப்பாவும் வல்யும்மாவும் காரில் ஏறினோம்.

எல்லாரும் எங்களுக்காகக் காத்திருந்தார்கள்.

டாக்டரின் மனைவி கலகலப்பான பேச்சாளி. என்னுடன் தொடர்ந்து பேசத் தொடங்கினார். மிகவும் அன்பான பெண்மணி.

சிறிது நேரத்துக்குப் பிறகு மேலும் சில கார்கள் அந்த வீட்டின் கேட்டைத் தாண்டி வந்தன.

நாங்கள் உள் அறையில் உட்கார்ந்திருந்தோம்.

சற்று நேரம் கழிந்ததும் அப்துரஹிமான் சாகிப் நாங்கள் இருந்த அறைக்குள்ளே வந்தார்.

என்னுடைய விருப்பத்துக்குத் தகுந்தபடியே பேசினார்: 'இன்னும் படிக்கலாம். காலேஜுக்குப் போகலாம். ஆளு நல்ல மனுஷராக்கும்.'

பதிலாக ஒரு வார்த்தை கூடச் சொல்ல முடியாததுபோல எனக்குத் தொண்டை அடைத்திருந்தது. அப்துரஹிமான் இதைச் சொல்லிவிட்டுப் போனார். சற்றுப் பொறுத்து 'மூப்பர்' வந்தார். பயந்து நடுங்கிக்கொண்டு நிற்கும் என்னிடம் மிக இங்கிதமாகச் சொல்லத் தொடங்கினார்: 'நான் ஆரெயும் ஒண்ணும் செஞ்சுட மாட்டேன். பாத்து ஒண்ணுரெண்டு வார்த்தை பேசணும். இஷ்டம்னா மட்டும் சொன்னாப்போதும். எனக்கு வயசு கொஞ்சம் அதிகம். இஷ்டம்னா மட்டும் சம்மதிச்சாப் போதும்.'

பயந்து நடுங்கிக்கொண்டே எனக்கு இஷ்டம்தான் என்று தலையாட்டினேன்.

பிறகு ஒரு அலறல் கேட்டது.

எம்.வி. தேவனும் வேறு யாரெல்லாமோ அறைக்குள்ளே ஓடி வந்தார்கள். கே.ஏ. கொடுங்ஙல்லூரும் அப்துரஹிமான் சாகிபும் வேறு யாரெல்லாமோ இருந்தார்கள். 'நடுங்க வேண்டாம். நிமிர்ந்து நில்லு' என்றார் அவர்.

அப்படி ஒரு அனுபவம் முதன் முதலாக ஏற்பட்டதன் பயம் இருந்தது. இருந்தாலும் தைரியமாக நின்றேன். சம்மதம் கிடைத்த சந்தோஷத்துடன் பஷீர் தேவனிடம் சொன்னார்: நாங்க ரண்டு பேரும் சேர்ந்து நிற்கிற படத்தை இப்பவே வரையணும்' (ஃபாபி என்று பஷீர் எனக்குப் பெயர் மாற்றியதும் அங்கேதான்). பஷீர் எனக்கு வலப்பக்கமாக வந்து நின்று கொண்டு தேவன் படம் வரைய போஸ் கொடுத்தார். பஷீரின் மனச்சாட்சியாக இருந்தவர் தேவன்.

O

கல்யாணப் பேச்சு முன்பே நடந்துகொண்டிருந்ததால் திடீரென்று கல்யாணம் திகைந்தால் சிரமப்பட வேண்டாமே என்பதற்காக, என்னுடைய உப்பா ஏற்கனவே நகைகள் வாங்கி வைத்திருந்தார். அன்று பவுன் விலை 62 ரூபாய். உம்மாவின் கையிருப்பிலும் வளையல்கள், மாலைகள் என்று கொஞ்சம் உருப்படிகள் இருந்தன. ஆனால் நான் எதையும் எடுத்துப் போட்டுக் கொண்டிருக்கவில்லை.

எம்.வி.தேவன் படம் வரையும்போது என் கழுத்திலும் கையிலும் ஆபரணங்கள் இல்லை. 'அடே தேவா, கழுத்திலும் கையிலும் ஏதாவது இருக்கிற மாதிரி வரையணும் தெரிஞ்சுதா' என்று டாட்டா தேவனிடம் சொன்னார். படத்தில் வளையல் வாட்சு, மாலை எல்லாவற்றையும் தேவன் வரைந்தார். பிறகு அந்தப் படத்தைத் தலையோலப்பறம்பு வீட்டுச் சுவரில் மாட்டி வைத்திருந்தோம். 'கல்யாணம்னு கேட்டாலே பஷீருக்கு அலர்ஜியா இருந்தது. பொண்ணைப் பாத்ததுக்கு அப்புறம் அவனுக்கு ஒண்ணும் வேண்டாம். நாடகம் எழுதறது நின்னு போச்சு. அந்த அளவுக்கு ஆளே மாறிப் போயிட்டான்' என்று கே.டி. முகம்மது பிறகு சொன்னார். ஒரு நாள் டாக்டர் கோயா காருடன் வந்து அவர்களுடைய செறுவண்ணூர் வீட்டுக்கு மறுபடியும் கூட்டிப் போனார். அங்கே டாட்டா எனக்காகக் காத்திருந்தார். அங்கே போனதும் கழுத்தில் அணிவதற்காகப் பெரிய மாலையை –

கிட்டத்தட்ட ஆறு பவுன் இருக்கலாம் – எடுத்துக் காண்பித்தார். நான்கு வளையல்கள், ஒரு வாட்சு, கல்யாணச் சேலை, மாற்றி உடுப்பதற்கான உடைகள், பிளவுஸ், ஷர்ட் பீசுகள், பாவாடை, பவுடர், கண் மை உட்பட, கல்யாணத்துக்குத் தேவையான எல்லாச் சாதனங்களையும் ஒரு தோல் பெட்டியில் நிரப்பிவைத்து என்னிடம் ஒப்படைத்தார். வீட்டுக்குப் போய்ப் பார்த்துவிட்டு இன்னும் ஏதாவது வேண்டுமென்றால் சொல்லவேண்டும் என்றார். அன்று 1000 ரூபாயும் கொடுத்தார். பத்து நூறு ரூபாய் நோட்டுகள். அன்றுதான் அவ்வளவு பெரிய தொகையை நான் முதன்முதலாகப் பார்த்தேன். என் கைகள் நடுங்கின. என்ன சொல்ல?

❍

1958 டிசம்பர் 18ஆம் தேதி இரவுதான் கல்யாணம். வைக்கத்திலிருந்து தம்பி அபு மட்டுமே வந்திருந்தான். வேறு யாரும் வரவேண்டாம் என்று பஷீர் சொல்லியிருந்தார். தூரப் பிரயாணம் என்பதால் பெண்களும் வரவில்லை. உறூப்புக்கும் அன்று கார் கிடையாது. கார் வைத்திருப்பவர்களான அப்துரஹிமானும் டாக்டர் கோயாவும் நெருங்கிய நண்பர்களான எம்.வி. தேவன், பட்டத்துவிள பி. பாஸ்கரன், எம்.டி., வி. அப்துல்லா சாகிப், சோபனா பரமேஸ்வரன் நாயர் முதலானவர்கள் இருந்தார்கள். ஆட்டிறைச்சி பிரியாணி பரிமாறப்பட்டது. ‘நீலக்குயில்’ படத்தின் பாட்டுகள் உச்ச ஒலியில் வைக்கப்பட்டன. பி. பாஸ்கரன் தனது வாழ்த்து மடலை மைக்கில் பாடினார். பெட்ரோமாக்ஸ் விளக்கு வெளிச்சத்தில் கல்யாணம் நடந்தது.

அன்று வியாழக்கிழமை.

புது மணப்பெண் மாப்பிள்ளை வீட்டுக்குப் போகும் சடங்கு இருந்தது. புது மாப்பிளையின் வீடு தற்காலிகமாக ‘சந்திரகாந்த’மாக அமைந்தது. அப்துல்லாவின் சகோதரி, டாக்டரின் மகள், உஸ்மான்கோயாவின் மனைவி எல்லாரும் இருந்தார்கள். நிறைய பலகாரங்களைத் தயாரித்து எடுத்துக் கொண்டோம். சமையல் நிபுணியான உம்மி அப்துல்லாவும் கூட இருந்தார். அவர் டாக்டர் முகம்மதின் மகள். பிரசன்னா என்ற பெயர் கொண்ட வீட்டுக்குத்தான் முதலில் போனோம். அங்கே விருந்தாளிகளுக்கான உணவு வகைகள் வரிசையாக வைத்திருந்தது. அது முடிந்ததும் வலது கால் வைத்து ‘சந்திர காந்த’த்துக்குள்ளே பிரவேசித்தோம். ‘நமது சிநேகிதனின் வீடு நமது வீட்டைப் போலத்தான்’ என்று அறிமுகப்படுத்தினார் டாட்டா. அப்போது எஸ்.கே. பொற்றேகாடு எம்.பி.யாக டில்லியில் இருந்தார். அவருடைய மனைவியும் மக்களும் மய்யழியில் இருந்தார்கள்.

சந்திரகாந்தம் எங்களுடைய சொந்த வீட்டைப் போலத்தான். அங்கே எல்லா சௌகரியங்களும் செய்யப்பட்டிருந்தன. தேன், கற்கண்டு, கதலி வாழைப்பழம் எல்லாம் கலந்த கலவையை 'பிஸ்மி' சொல்லி என் வாயில் புகட்டினார் டாட்டா. பதிலுக்கு நானும் அவர் வாயில் புகட்டினேன்.

அன்று இரவு டாட்டா சொன்னார்: நீ சீக்கிரம்சீக்கிரமாப் பிரசவிக்கணும். ஆறேழு புள்ளைகள் வேணும். எனக்கு வயசு இருக்கே. தலையோலப்பறம்பில குழந்தைகளா நிறைஞ்சிருக்கு. ஆனா அந்தக் குழந்தைகளுக்கு அவங்கவங்க வாப்பாகிட்டேயும் உம்மாகிட்டேயுந்தான் சிநேகம். பாசத்தைப் பொறுத்தவரை குழந்தைங்க சுயநலத்தைத்தான் காட்டுவாங்க. அதனால் நானும் வாப்பா ஆகணும். குழந்தைகள் என்னோட ஒடம்பில் குட்டிக் கரணம் போடணும். அவங்க கிட்டேயெல்லாம் ஏராளமான கதைகள் சொல்லி ஜீவிக்கணும்.'

'மூப்பரு'க்கு மகா அவசரம். மூப்பர் செய்வதையெல்லாம் செய்யட்டும். நான் எதற்கும் தடைபோடவில்லை.

❍

ஒருநாள் காலையில் பார்த்தபோது 'சந்திரகாந்த'த்துக்கு வரும் வழியில் பெரும் சந்தடி. போலீஸ்காரர்களின் கத்தல். ஆட்களின் கூச்சல். நான் பயந்துவிட்டேன். இதென்ன மாயம்? என்னவாவது நடந்துவிட்டதா? ஆட்கள் எங்கள் வீட்டு முற்றத்தை நோக்கித்தானே முண்டியடித்து வருகிறார்கள்? நான் உள்ளே ஓடிப் போய் படுக்கை அறைக்குள் புகுந்து விரித்துக் கிடந்த கம்பளிப் போர்வையை எடுத்துப் போர்த்திக்கொண்டு படுத்துவிட்டேன்.

விழித்துப் பார்த்தால், ஜோசப் முண்டசேரி வந்து கொண்டிருக்கிறார். மந்திரி என்பதால் போலீஸும் ஆட்களும் கூட வந்திருக்கிறார்கள். 'சுல்தானின் அந்தப்புரத்தில் நுழைந்தவன் யாருடா?' என்ற பாவனையுடன் பஷீர், முண்டசேரியை கட்டிப் பிடித்தார். பிறகு சரியான சண்டை. பயந்து ஒளிந்திருந்த என்னைக் கூப்பிட்டார். முண்டசேரியின் முன்னால் நிற்கவைத்தார்.

'பயந்துட்டியா?' என்று கேட்டார் முண்டசேரி. 'என்னைத் தெரியுமா?'

நான் திக்கித் திக்கிச் சொன்னேன்: 'தெரியும்.'

அன்றைய அந்தச் சந்திப்பை ஒருபோதும் மறக்க முடியாது. அந்த பயத்தையும்தான்.

❍

ஒருநாள் என் முகவரிக்கு ஒரு ரிஜிஸ்டர்ட் தபால் வந்தது. அந்தக் கடிதத்தில் பின்வருமாறு எழுதியிருந்தது: என்னுடைய கணவர் ஸ்ரீமான் வைக்கம் முகம்மது பஷீர், ஃபாத்துமா பீவி என்ற பெண்ணைத் திருமணம் செய்துகொண்டதாக அறிகிறேன். அவர் என்னைத் திருமணம் செய்துகொண்டதில் எங்களுக்கு இரண்டு பிள்ளைகள் இருக்கிறார்கள். நாங்கள் திருச்சூரில் வசிக்கிறோம். உடனடியாக அவரை அனுப்பி வைக்காவிட்டால் கேஸ் கொடுத்து கோர்ட்டில் ஆஜராகச் செய்ய வேண்டி வரும் என்று எச்சரிக்கப்படுகிறது.'

நான் அதைச் சீக்கிரமாக டாட்டாவிடம் காட்டினேன். ரெண்டாங் கல்யாணம். எனக்குள்ளே நான் ஏமாற்றப்பட்டு விட்டேன் என்ற நடுக்கம். எனினும் அதை வெளியே காட்டிக் கொள்ளவில்லை.

முதலில் தீவிரமாக இருப்பதுபோல நடித்தார். அப்புறமாகச் சிரித்தார். பயங்கரச் சிரிப்பு. 'யாரோ வேடிக்கையாக அனுப்பினது. நீ பயப்படாதே.'

யார் அனுப்பியது என்பது பிறகு புரிந்தது. திருச்சூர், அய்யந்தோளைச் சேர்ந்த நண்பர்கள்தான் அதை அனுப்பி யிருந்தார்கள். பிற்பாடு திருச்சூருக்குப் போனபோது கடிதம் அனுப்பிய வித்துவான்களை நேரிலேயே பார்த்தேன். *தேசாபிமானி* யில் பணியாற்றிக்கொண்டிருந்த இந்துசூடன்தான் திருச்சூர் போக ரெயில் டிக்கெட் எடுத்துக் கொடுத்தார். சோபனா பரமேஸ்வரன் நாயரின் மூத்த சகோதரர் பாஸ்கரன் நாயரும் அங்கே இருந்தார். டாட்டாவைக் கண்டிக்கும் உரிமையுள்ளவர். டாட்டாவுக்கும் அவர் மீது பெரும் மரியாதை இருந்தது. அவர் மனைவி ஓமனக்குட்டி சேச்சி. அங்கே நான்கு நாட்கள்வரை தங்கியிருந்தோம். மிகவும் மகிழ்ச்சியளித்தவை அந்த நாட்கள். பாஸ்கரன் நாயரும் பரமேஸ்வரன் நாயரும் குருவே என்றுதான் பஷீரை அழைப்பார்கள். பாஸ்கரன் நாயருக்கு இரண்டு ஆண் பிள்ளைகள். சின்னனும் சாபுவும். அங்கேதான் முதல்முதலாக ஒரு சினிமாவும் பார்த்தேன். திலீப்குமாரும் சரோஜாதேவியும் நடித்த இந்திப் படம். டாட்டாவுக்கு திலீப்குமாரின் நடிப்பு பிடித்துப் போனது.

❍

திருச்சூரிலிருந்து நேராக ஜோசப் முண்டசேரியின் மகன் ஜோசப் வீட்டுக்குப் போனோம். முண்டசேரியின் மனைவியைப் பார்த்தோம். அவர் என்னைக் கட்டியணைத்துத்தான் மகிழ்ச்சியை வெளிப்படுத்தினார். அங்கிருந்து அதிகாலையில் தலையோலப் பறம்புக்குப் புறப்பட்டோம்.

ஒரு காரில் இரண்டு டின் மிட்டாய்களும் ஏராளமான இனிப்புப் பலகாரங்களுமாகப் புறப்பட்டிருந்தோம். பயணத்தின் இடையில் ஒரு தெப்பத்திலும் ஏறினோம். எனக்கு அது ஒரு புது அனுபவமாக இருந்தது. காரையே அந்தத் தெப்பத்தில் ஏற்றினார்கள். வைக்கத்துக்கு வந்தோம். அந்தி மயங்குவதற்கு முன்பே தலையோலப்பறம்புக்கும் வந்து சேர்ந்தோம். நாங்கள் போனபோது பாத்தும்மா ஆட்டைக் கறந்து கொண்டிருந்தாள். நாங்கள் வந்திருக்கும் தகவலை யாரோ பாத்தும்மாவிடம் சொன்னதும் 'ஒரு வார்த்தை முன்கூட்டிச் சொல்லாம வந்துட்டாங்களே' என்று ஓடி வந்தாள். கைலியும் தட்டமும் அணிந்திருந்தாள். நமது ஊரைப் போல அல்ல. 'நீங்க முன்னாடி சொல்லித்தானா நாத்தனாரே நான் ஒங்களத் தெரிஞ்சுக்க வேண்டியிருந்தது' என்று சொல்லிக்கொண்டு அழத் தொடங்கினாள். மாமியாரும் அப்துல் காதரின் மனைவி குஞ்ஞானும்மாவும் குழந்தைகளும் சேர்ந்து வந்து எங்களை உள்ளே அழைத்துப் போனார்கள். பஷீரின் கதாபாத்திரங்கள். எனக்கு இன்னொரு உலகத்துக்கு வந்து சேர்ந்ததுபோலத் தோன்றியது. ஒரே ஆரவாரம். அந்த மனையிடத்துக்குள் நுழையும்போதே துர்நாற்றம். பாழடைந்த கிணற்றிலிருந்து கிளம்பும் வாடை. அசுத்தமான முற்றம். அங்கும் இங்கும் அலட்சியமாக ஓடி நடக்கும் ஆடுகள். பலா இலைகளும் ஆட்டுப் புழுக்கைகளும் சிதறிச் சுற்றுப்புறம் அலங்கோலமாகக் கிடந்தது. எனக்கு என்னவோ திகைப்பாக இருந்தது. முன்பு எப்போதோ வாசித்தபோது ஏற்பட்ட அதே அனுபவச் சூழல் ஞாபகத்துக்கு வந்தது. குழந்தைகளும் பெரியவர்களும் கூடியிருந்தார்கள். எல்லாரும் பார்ப்பதற்காக நடு முற்றத்தில் ஒரு நாற்காலியைப் போட்டு என்னை உட்கார வைத்தார்கள்.

குழந்தைகள் சுற்றி நின்றார்கள். அப்புறம் கேள்விகள்தான்.

ஒங்களுக்கு வாப்பாவும் உம்மாவும் இருக்காங்களா?

அவங்க பேரென்ன?

எத்தன வரைக்கும் படிச்சீங்க?

டீச்சர் படிப்புப் படிச்சீங்களா?

எங்களுக்கு இந்தியும் இங்கிலீஷும் கத்துக் குடுப்பீங்களா?

இவையெல்லாம் இளைய சகோதரர்களின் பிள்ளைகளின் கேள்விகள். நான் ஒரு மூத்தும்மா என்ற உணர்வு இல்லாமல் குழந்தைகள் ஒவ்வொன்றாகக் கேட்டுக்கொண்டிருந்தார்கள். நான் ஒவ்வொன்றுக்கும் தயக்கமில்லாமல் பதிலும் சொல்லிக் கொண்டிருந்தேன்.

தம்பிகள், அவர்களின் மனைவிகள், உம்மா எல்லாரும் கூடி ஒரே களேபரமாக சந்தைத்திடலைப் போலத் தோன்றியது. இரவில் சோறும் இறைச்சிக் கறியும் பத்திரியும் முட்டைக் கறியும் எல்லாம் இருந்தன. திடீர் வருகை என்பதால் ஏற்பட்ட திகைப்பு உம்மாவின் முகத்திலும் மற்றவர்கள் முகத்திலும் தெரிந்தது. விருந்தாளிகளைச் சட்டென்று உபசரிப்பதற்கான பொருளாதார வலுவும் அன்று இல்லாமலிருந்தது.

○

சாயங்காலம், பாலாம்கடவில் குளிக்கப்போகலாம் என்று சொல்லியிருந்தார் டாட்டா. பாலாம்கடவின் சிறப்புகளைப் பற்றி திருச்சூரிலும் கோழிக்கோட்டிலும் வெவ்வேறு சமயங்களில் கேட்டுத் தெரிந்து வைத்திருந்தேன். கடவுக்கு வந்து சேர்ந்ததும் பஷீர் லங்கோட்டுடன் ஆற்றிலிறங்கி நீந்தத் தொடங்கினார். நீச்சலில் ஆர்வம் ஏற்பட்டு பஷீரிடம் 'நானும் நீச்சல் கத்துக்கிறேன்' என்றேன். அன்றைக்கு நான் ஆற்றில் இறங்கவில்லை. இரண்டு நாட்களுக்குப் பிறகு பஷீரின் கைகளில் கிடந்து நீச்சல் கற்றுக் கொள்ள ஆரம்பித்தேன். தினமும் இரவானதும் நாங்கள் ஆற்றுக்குப் போய் நீந்துவோம். என்னுடைய நனைந்த சரீரத்தைத் தொடுவதில் டாட்டாவுக்கு பெரும் விருப்பம். கிச்சுகிச்சு மூட்டவும் செய்வார்.

அன்று குடியிருந்த வீடு இடுங்கியது. ஒரு அறையின் இரண்டு பக்கங்களிலும் சார்ப்பு. திண்ணை. தாழிட்டுக்கொள்ளக் கூடிய ஒரு அறைகூடக் கிடையாது. அன்றைக்கு எல்லாரும் ரகசியமாக 'அவ கோழிக்கோட்டுக்காரியாக்கும். சேட்டனையும் இழுத்துகிட்டுப் பறந்துடுவா' என்று சொல்லிக் கொண்டிருந்தார்கள்.

அங்கே போன நாள் முதல் அந்த வீட்டோடும் வீட்டுக்காரர்களுடனும் பரிச்சயமில்லாதவளைப்போல நடந்துகொண்டதில்லை. ஆனால் அவர்களுக்கு நான் பரிச்சய மில்லாதவளாகவே இருந்தேன். அவர்களுடைய துக்கத்திலும் சந்தோஷத்திலும் நான் உடனிருந்தேன். தம்பிமார்களின் மனைவிகள் குசுகுசுத்ததை நான் இரண்டு ஆண்டுகள் ஆகும் முன்பே சாதித்தேன். எங்களுக்காக டாட்டா கட்டியது எவ்வளவு அழகான வீடு தெரியுமா? பெரிய அறைகளும் கட்டில்களும் ஷோகேஸ்களும் லொட்டுலொடுக்கு விந்தைப் பொருட்களும் ஒழுங்குபடுத்தி வைக்கப்பட்ட வீடு. எதற்காகவும் வெளியில் போக வேண்டாம். குளியல் அறையில் துவைக்கிற கல் வரைக்கும் இருந்தது.

○

தலையோலைப் பறம்பில் எர்ணாகுளம் – கோட்டயம் சாலையின் ஓரமாக டாட்டாவுக்கு உரிமையான பன்னிரண்டு செண்ட் இடம் இருந்தது. கற்களை வெட்டி எடுத்த பள்ளம். அந்தப் பள்ளத்தில் மண்ணடித்துச் சமப்படுத்தி வீட்டுவேலையைத் தொடங்கினோம். வீட்டைச் சுற்றியும் திட்டுத் திட்டான பூமி. இந்தத் திட்டுகளில் மரங்கள். நடுவிலிருந்த பரந்த பகுதியில் வீடு. கிணறு, பல வகையான செடிகள், நெல்லி, கமுகு, மா, மாங்கோஸ்டின், புளிய மரங்கள். டாட்டா போகுமிடங்களி லெல்லாம் மரங்கள் இருக்கும்.

‘டாட்டா சொல்வார். நான் ஒரு ஆண் மரம். நீ ஒரு பெண் மரம். பிள்ளை பெறும் மரம்’.

பலாக்கள் முற்றிக் கனிந்து கீழே விழும். நேரம் வெளுத்ததும் எழுந்து பலாப் பழங்களை எடுப்பதுதான் சில சமயங்களில் என்னுடைய வேலை. ஒருநாள் பலாப் பழம் விழும் ஓசை கேட்டுப் போன நான் ஒரு பலாமரத்தடியில் தடுக்கி விழுந்து உருண்டு உருண்டு போனேன். உடம்பு முழுவதும் காயம் பட்டிருந்தும் நான் அழவில்லை. ரத்தத்தில் மூழ்கியிருந்தேன். டாக்டரைக் கூட்டிக்கொண்டு வந்தும் சரியாகவில்லை. ஆசுபத்திரியில் சேர்த்தார்கள். அப்போது நான் கர்ப்பிணியாக இருந்தேன்.

வீடு முழுமையடைய ஒன்று, ஒன்றரை ஆண்டுகள் ஆயின. வீட்டுக்கு ‘அஸ்பர் காட்டேஜ்’ என்று பெயரிட்டோம். எகிப்து நாட்டின் கெய்ரோ நகரத்திலுள்ள ஆயிரத்து ஐநூறு ஆண்டுகள் பழைமை வாய்ந்த முஸ்லிம் பல்கலைக்கழகத்தின் பெயர் அது. மனதின் எல்லா அழகுகளையும் அந்த வீட்டில் வெளிப்படுத்தியிருந்தார் அவர்.

பிரதான அறையிலிருந்தே நுழைவதுபோல விருந்தினர் அறை. கட்டடக் கலை நிபுணர் என்று பிரத்தியேகமாக யாருமில்லை. எல்லாம் அவருடைய விருப்பு வெறுப்புகளுக்குத் தகுந்த மாதிரிதான். திண்ணையில் உட்காருவதற்குத் தாராளமான இடம். ஒரு ரேடியோ. அன்று கிராமஃபோன் இருக்கவில்லை. பின்புதான் கிடைத்தது. ரேடியோ வாயிலாக நல்ல நல்ல பாட்டுகளைக் கேட்கலாம். சைகால், தலத் முஹம்மது, முஹம்மது ரஃபி, நூர்ஜஹான், லதா மங்கேஷ்கர் ஆகியவர்கள் பாடிய நல்ல நல்ல பாடல்கள். வீட்டு வேலைகளை வேகமாக முடித்து விட்டுப் பாட்டு கேட்பதுதான் என்னுடைய முக்கியமான வேலை.

பிரசவத்தின்போது படுக்கையறையிலேயே துணித் தொட்டில் கட்டினார். மகளோ வெளுத்த சுந்தரிக் குட்டி. குழந்தையைப் பார்க்க எத்தனையெத்தனையோ ஆட்கள் வந்தார்கள். நல்ல

நல்ல பழங்கள். அவர் வெளியே எங்கே போய்விட்டு வரும் போதும் எங்களுக்காகப் பலகாரங்கள் வாங்கி வருவார். பசி தீர்க்க எப்போதும் பழங்கள்தான். பல ரகமான பழங்கள். அதைப்போலவே எங்கள் வீட்டுத் தோட்டத்திலும் பழ மரங்களே அதிகம் இருந்தன. கொய்யா, ஜாம்னா, சப்போட்டா, பூபாலி, அன்னாசி எல்லாவற்றையும் நட்டு வளர்த்தார். கிணற்றைச் சுற்றி ஒரு பூ மெத்தை. நானாவிதமான பூக்கள். அதற்கு நேராகத்தான் நண்பர்கள் வந்தால் உட்காரும் இடம். அங்கேயும் ஒரு ரோஜாத் திரை. கொத்துக் கொத்தாக ரோஜாப் பூக்கள்.

பேப்பூருக்குத் திரும்பிய பிறகுதான் மீண்டும் எழுத ஆரம்பித்தார். முக்கியமான பல படைப்புகளையும் எழுதினார். அந்த வீட்டை விற்க நான் சம்மதிக்கவில்லை.

அழுகையாக அழுதேன். அந்த அறை, அந்த வீடு எல்லாருக்கும் விருப்பமானதாக இருந்தது. வங்கிக்காரர்கள் அந்த வீட்டை வாங்கியபோது, 'நாம் இன்னும் நல்ல வீட்டைக் கட்டலாம். நீ சமாதானமாக இரு' என்றார் அவர். அவருக்கும் வருத்தம்தான். அந்த அளவுக்குக் கஷ்டப்பட்டு அந்த வீட்டை உருவாக்கியிருந்தோம்.

என்னுடைய உம்மா இறந்த பிறகு புதிய வீட்டை விற்றுவிட்டு பேப்பூருக்குத் திரும்பினோம். பேப்பூரில் புதிய வாழ்க்கையைத் தொடங்கினோம். பேப்பூர் சுல்தானின் வாழ்க்கை.

◯

முதல் குழந்தை ஆணாக இருக்க வேண்டும் என்பது என் ஆசை. அவருக்கோ பெண் குழந்தையாக இருக்க வேண்டும். அதற்கு முன்பு இரண்டு பேரும் வேடிக்கையாகப் பந்தயம் வைத்தோம். என் வல்யூப்பா கொடுத்த ஒரு தங்க மோதிரம் என்னிடம் இருந்தது. 'பெண் குழந்தை பிறந்தால் உன்னுடைய மோதிரத்தை தருவாயா' என்று கேட்டார். 'தருகிறேன்' என்றேன். என் திருமணத்துக்கு வல்யூப்பா பரிசாகக் கொடுத்த மோதிரம் அது. மகள் பிறந்த உடன் அந்த மோதிரத்தை அவருக்கே கொடுத்துவிட்டேன். ஒருநாள் என்னுடைய சங்கிலி கிணற்றில் விழுந்துவிட்டது. அதை நினைக்கும்போதே எனக்குப் பயமாக இருக்கிறது. நல்ல ஆழமான கிணறு. அவரே கிணற்றில் இறங்கி அதை எடுத்தார். எடுத்துத் தர வேறு யாரும் இருக்கவில்லையே. சின்னதும் பெரியதுமான எல்லாக் காரியங்களிலும் டாட்டா என்னுடன் இருந்தார். மரத்தின் மேல் ஏற வேண்டுமா? ரெடி. கிணற்றுக்குள் இறங்க வேண்டுமா? அதற்கும் ரெடி. எல்லாவற்றுக்கும் ரெடியாக நிற்கும் டாட்டா.

என்னுடைய வாப்பாவும் உம்மாவும் காலமான பிறகுதான் தலையோலப் பறம்பில் கட்டிய புதிய வீட்டை விற்றுவிட்டு நாங்கள் பேப்பூருக்குத் திரும்பி வந்தோம்.

அந்த வீட்டை விற்பதில் பெரும் வருத்தம் இருந்தது. திரும்பி வரும்போது பாத்துமா வளர்ப்பதற்காக ஒரு ஆட்டுக் குட்டியைக் கொடுத்தார். முதலில் ஆட்டை வேண்டாம் என்று மறுத்தாலும் பிறகு அந்த எண்ணம் மாறிவிட்டது. புதிய வீட்டில் வசிக்கத் தொடங்கியதும் நிறைய கோழிக் குஞ்சுகளையும் வாங்கினோம். அவற்றுக்குப் பெரிய கூண்டுகளையும் செய்தோம். எல்லாவற்றுக்கும் பைசா ஏராளமாகச் செலவானது.

பேப்பூருக்குத் திரும்பும் காரின் மேல் எளிய கூண்டையும் வலையையும் வைத்து ஆட்டையும் கோழிகளையும் ஏற்றினோம். இவையெல்லாம் எதற்கு என்று கேட்டபோது 'அதுகளும் வரட்டுமே' என்றுதான் சொன்னார். தலையோலைப் பறம்பில் ஆட்டைப் பராமரிப்பது அவ்வளவு சிரமமாக இருக்கவில்லை. காலையானதும் இறங்கிப் போகும். அண்டை வீட்டுக் குட்டன் பிள்ளையின் கடையிலும் அருகிலிருக்கும் மங்கையர் மணிகளின் வீடுகளிலும் சுற்றித் திரியும். பலா இலைகளைத் தாராளமாக மேயும். பேப்பூருக்குப் போனால் ஆடுகளுக்கு இந்தச் சுதந்திரம் கிடைக்குமா? காரின் மேலிருந்த ஆடும் கோழிகளும் சலசலத்துக் கொண்டன. எனக்குச் சிரிப்பு வந்தது.

○

ஒருநாள் *மாத்ருபூமியிலிருந்து* என்.வி. கிருஷ்ணவாரியரின் கடிதம். 'குருவே, எம்.டி. என்ற பையன் இருக்கிறானே, அவன் பிரமீளா என்ற நாயர் குட்டியைத் தள்ளிக்கொண்டு போய் விட்டான். குரு, விசாரிப்பீர்கள்தானே?'

விநோதமான அந்தக் கடிதம் நீண்ட காலம் என்னிடம் பத்திரமாக இருந்தது. பிறகு காணாமற் போய்விட்டது.

○

ஒருமுறை, டாட்டா, மாங்கோஸ்டின் மரத்தடியில் உட்கார்ந்து ஒவ்வொரு மனோராஜ்ஜியமாக சஞ்சரித்துக் கொண்டிருந்தபோது சுகுமார் அழீக்கோடு வந்தார்.

'எடியே. . .' என்று என்னை அழைத்தார் டாட்டா. தேநீர் கொண்டு வரச் சொன்னார். 'சாந்த கம்பீர சாகர கர்ஜனை' என்றுதான் சுகுமார் அழீக்கோட்டைப் பற்றி டாட்டா சொல்லுவார். அவர் வந்தால் நல்ல நல்ல பட்சணங்கள் சமைத்துக் கொடுப்பேன். சோறு, மீன் வறுவல், இறைச்சிக் கறி,

சில சமயங்களில் நெய்ச்சோறும் பிரியாணியும். அப்படித்தான் வழக்கம். வந்தால் வெகு நேரம் கழித்தே திரும்பிப் போவார். நான் காய்கறிகளும் மசாலாப் பொருட்களும் வாங்குவதற்காக டவுனுக்குப் போயிருந்தேன். சாமான்களை வாங்கிக்கொண்டு திரும்பி வந்தபோது சுகுமார் அழீக்கோடைக் காணவில்லை. டாட்டாவும் தனியாக இல்லை. ஜான் ஒச்சாந்தரத்து கூட இருந்தார்.

'போயிட்டாரா?' என்று கேட்டேன்.

'மூப்பரு போயிட்டாரு' என்றார் டாட்டா.

'அவங்களுக்குள்ள என்னமோ சண்டை' என்றார் ஒச்சாந்தரத்து.

என்ன நடந்தது? எனக்கு அங்கலாய்ப்பாக இருந்தது. வந்தால் உடனே திரும்பிப் போகும் வழக்கம் இல்லை. சாயங்காலம்வரை இருப்பார். சாப்பிட்டு விட்டுத்தான் போவார். டாட்டாவின் முகத்தில் வருத்தம் தெரிந்தது. முகம் வாடியிருந்தது. நெற்றியில் கோடு படர்ந்திருந்தது. விவரம் கேட்டபோது டாட்டா சொன்னார்.

'ரஹ்மானுடன் ஏதோ பிணக்காம். அதனால் அவர் வந்தா வீட்டுக்குள்ள விட வேண்டாம்'னு சுகுமார் அழீக்கோடு சொன்னாராம். 'அப்படீன்னா ரஹ்மானோட தலையை வெட்டி எடுத்து ஒரு தாம்பாளத்தில் வெச்சுத் தர்றேன்' என்று டாட்டாவும் பதில் சொன்னாராம். அதைக் கேட்டதும் சுகுமார் அழீக்கோடு எழுந்து போய்விட்டாராம். சட்டென்று ஏன் அப்படிச் சொன்னோம் என்று டாட்டாவுக்கே அவ்வளவு நிச்சயமாகத் தெரியவில்லை. 'எதுக்கு அப்படியெல்லாம் சொன்னீங்க? மனசுக்குள்ளே தோணினதையெல்லாம் மனசுக்குள் ளேயே வெச்சுக்கணும்னு உபதேசம் செய்யறவர்தானே நீங்க? அழீக்கோடு எவ்வளவு நல்ல மனுஷன். இங்கே எப்போதும் வர்றவர். வந்தா ஒரு கிளாஸ் தண்ணியாவது குடிக்காமப் போக மாட்டார். வீடு கிடையாது. பெரிசா சொந்தம் கிடையாது. தனிக்கட்டையான அந்த மனுஷனைச் சங்கடப்படுத்தலாமா? எம்.ஏ. ரஹ்மானை விடப் பெரியமனுஷரில்லையா சுகுமார் அழீக்கோடு?அப்படிப்பட்ட ஒருத்தர் கிட்ட மோசமாப் பேச வேண்டிய தேவை என்ன?' என்று நான் டாட்டாவைக் குற்றம் சாட்டினேன்.

எதுவாக இருந்தாலும் அந்தச் சம்பவம் எல்லாருக்கும் பெரும் சங்கடத்தைத் தந்தது. அழீக்கோடு அதற்குப் பிறகு நீண்ட நாட்கள் பேப்பூருக்கு வரவே இல்லை.

டாட்டாவைப் பொருத்தவரை யார் வந்தாலும் அவருக்கு சந்தோஷம்தான். அப்படி ஒரு அனுபவம் அதற்கு முன்பு ஏற்பட்டதில்லை. இந்த இடம் ஒரு பெரிய சிநேக வட்டமாகவே இருந்தது. ஒருநாள் எம்.ஏ. ரஹ்மான் வந்தபோது – அவரும் மிகவும் வேண்டியவர்தான் – நான் இந்தச் சம்பவத்தைப் பற்றிச் சொல்லிவிட்டு காரியார்த்தமாகவே சொன்னேன். 'ரஹ்மான் இனிமே இங்கே வர வேண்டாம்.' அது ரஹ்மானை வேதனைப் படுத்தியிருக்கும். அதைக் கேட்ட ரஹ்மான் அப்படியே போய் விட்டார். இது யாருக்கும் தெரியாது. சில நாட்களுக்குள் அழீக்கோடும் டாட்டாவும் சமாதானமாகி விட்டார்கள். அழீக்கோடு பழையதுபோலவே வீட்டுக்கு வந்து போகத் தொடங்கினார்.

ஆனால் அந்தச் சம்பவம் சமீபத்தில் பரபரப்பை ஏற்படுத்தியது.

சுகுமார் அழீக்கோடு – எம்.ஏ.ரஹ்மான் விவாதம் அண்மை யில் நடந்ததல்லவா? கோழிக்கோடு பல்கலைக்கழகத்தில் நடந்த ஏதோ ஒரு பிரச்சனையின் பேரில் ரஹ்மானும் அழீக்கோடு மாஷும் மோதிக்கொண்டார்கள். அப்போதுதான் சம்பவம் ஊரார் பார்வைக்குத் தெரியவந்தது. பஷீரின் மனைவி தன்னை, பேப்பூர் வீட்டுக்கு வர வேண்டாம் என்று சொன்னதாக ரஹ்மான் எழுதினார். சுகுமார் அழீக்கோடிடம் கேட்டபோது 'அதை ஃபாபியே சொன்னால்தான் நம்புவேன். நீங்கள் பத்திரிகை யாளர்கள் சொல்வதை நம்ப முடியாது' என்றாராம்.

அந்தச் செய்தி பத்திரிகைகளிலும் டி.வியிலும் வந்தது என்னை மிகவும் வேதனைப்படுத்தியது. ரஹ்மான் வெளிப்படையாக அதை எழுதியது சரியல்ல. என்னிடம் விசாரித்தவர்களிடமெல்லாம் நான் அப்படிச் சொன்னேன் என்றோ சொல்லவில்லை என்றோ பதிலளிக்கவில்லை. அண்மையில் பஷீர் நூற்றாண்டு தின விழாவுக் காக வந்திருந்தபோது சுகுமார் அழீக்கோடிடம் இப்படி ஒரு குறிப்பு வெளிவந்ததில் நான் வருத்தப்படுவதாகச் சொன்னேன். மாஷும் அதை மன்னித்தார் என்றுதான் நம்புகிறேன். என் கணவர் இப்போது இல்லை. எனினும் அவர் வாழ்ந்திருந்தபோது அந்த அளவுக்கு மகிழ்ச்சியுடன் வாழ்ந்தவர்கள் அவர்கள் எல்லாரும்.

எனக்கு உடல்நலமில்லாமலானபோது என்னைப் பார்க்க சுகுமார் அழீக்கோடு நிறைய தடவைகள் வந்தார். அழீக்கோடு மாஷ் டாட்டாவின் மிக நெருங்கிய உறவினர்.

○

வைக்கத்தை விட்டு பேப்பூருக்கு வந்த பின்புதான் மாங்கோஸ்டின் மரத்தடியில் கிராமஃபோனை வைத்துக் கொண்டு உட்காரும் பழக்கம் தொடங்கியது. அவருக்குப் பலவிதமான மரங்களும் செடிகளும் பழ மரங்களும் எப்போதும் பிடித்தமானவை. எல்லாம் அவராகவே நட்டு வளர்த்தியவை. தனியாகவே தண்ணீர் இறைத்து வந்து வார்ப்பார். மோட்டாரும் வாட்டர் டாங்கும் பிற்பாடுதான் வந்தன. தண்ணீரைச் சுமந்து வந்துவிடும்போது, நான் விடுகிறேன் என்று சொன்னாலும் கேட்க மாட்டார். எதையும் தானாகச் செய்துகொள்வதே அவருக்குப் பிடிக்கும். வெறுமனே உட்கார்ந்திருக்கும்போது பலவிதமான பாட்டுகளைக் கேட்டுக்கொண்டிருப்பார். சைகாலின் பாட்டுகளையெல்லாம் ரசித்துக் கேட்பார். எப்போதும் விருந்தாளிகள் இருப்பார்கள். இடையிடையே ஸ்டூலின் மேல் வைத்திருக்கும் சுலைமானியை எடுத்துக் குடித்துக் கொண்டிருப்பார். மத்தியானம் சாப்பிடக் கூப்பிட்டால் மட்டுமே எழுந்து வருவார். அதுவரை மர நிழலில் மாறிமாறி உட்கார்ந்திருப்பார். சில சமயம் குழந்தைகளுக்கு ஊட்டுவதைப் போல சோற்றை ஊட்டிவிட வேண்டும். விருந்தாளிகளின் நிரந்தரமான வருகை எழுத்தைப் பாதித்ததாக ஒருபோதும் தோன்றியதில்லை. நாவால் எழுதுகிற எழுத்துத்தான் பேச்சு என்பார் டாட்டா. பேப்பூருக்கு வருவதற்கு முன்பே நிறைய புத்தகங்கள் வெளிவந்திருந்தன. எனவே பிற்காலத்தில் வாழ்க்கை அவ்வளவு சிரமமானதாக இருக்கவில்லை. பேப்பூருக்கு வந்த பின்பு ஆட்களுடனான பேச்சுத்தான் அதிகம் நடந்தது. அதில் டாட்டா மகிழ்ச்சி அடைந்தார். மனசின் மைக்குப்பி ஒருபோதும் வற்றிப் போயிருக்கவில்லை. டாட்டா, நாவை அதில் முக்கி எடுத்து மரத்தடியில் அமர்ந்திருந்தார்.

❍

சில சமயம், வருகையாளர்கள் இல்லாத வேளைகளில், தனிப் பயணங்கள் பற்றியும் மற்றவற்றைப் பற்றியும் என்னிடம் பகிர்ந்து கொள்வார். அவற்றை அதிகம் பதிவு செய்யவில்லை. டாட்டா சொன்ன அதுபோன்ற நினைவுகளை, இதுபோல யாரிடமாவது சொல்லியிருக்கலாம் என்று இப்போது ஆசைப்படுகிறேன். இப்போது ஞாபகங்களெல்லாம் கொஞ்சம் கொஞ்சமாக மங்கி வருகின்றன. எல்லாம் நோய்வாய்ப்பட்ட பிறகுதான்.

❍

ஒருநாள் ஒரு தம்பதியர் வந்திருந்தார்கள். அவர்களுக்காக அன்றைக்கு ஆட்டிறைச்சி பிரியாணி சமைத்தோம். மனைவி அதைச் சாப்பிட்டார். ஆனால் கணவருக்கு அது வேண்டாம்.

காரணத்தை ஆராய்ந்தபோது 'ஆட்டிறைச்சி சாப்பிட்டால் வயிற்றுப் போக்கு வந்துவிடும்' என்று சொன்னார். அப்படியா என்று எனக்கு ஆச்சரியம் ஏற்பட்டது. அது எதனால்? சட்டென்று டாட்டாதான் பதில் சொன்னார். 'ஆசாமி கல்ஃபிலே வேலை பார்க்கிறார். வேலையே ஆடு மேய்க்கிறதுதான். ஆடுகள் மேய்ச்சலுக்கு நடுவில் ங்ஹூம் ங்ஹூம் னு மூக்கைச் சிந்திக் கிட்டு மண்ணைப் பறிக்கும். அது எதுக்குன்னு தெரியுமா? மண்ணுக்கு அடியில இருக்கிற சுண்ணாம்புக் கல்லைத் திங்கறதுக்காக. சுண்ணாம்புக் கல்லைத் தின்னா வயித்துப்போக்கு வரும். ஆடுங்க சுண்ணாம்புக் கல்லைத் திங்கறதால நம்ம ஆளும் ஆட்டைத் திங்க மறுத்தார்.'

❍

டாட்டாவுக்கு நோய் முற்றிய சமயத்தில் நாங்கள் தனியாகத் தான் இருந்தோம்.

ஷாஹினாவைத் தனியாகப் பள்ளிக்கூடத்துக்கு அனுப்ப டாட்டாவுக்குப் பயம். என்னையும் துணைக்கு அனுப்புவார். சாயங்காலம் மகள் வீட்டுக்கு வந்துசேர்ந்த பிறகுதான் அமைதி யாவார். மகளிடம் குட்டிச் சாத்தான்களைப் பற்றிய கதைகளைச் சொல்லுவார். குழந்தைகள் பள்ளிக்கூடத்துக்குப் போய்விட்டால் வீட்டுக்கு முன்னால் இருந்த கடைக்குப் போய் ஒரேயடியாக உட்கார்ந்துகொள்வார். அவர்கள் வரும்போதுதான் திரும்ப வருவார். அந்தச் சமயத்தில் என்னுடைய முக்கியமான பயம், டாட்டா வேறு எந்த வழியிலாவது போய்விடுவாரோ என்பதுதான். மனசு இட்டுச் செல்லும் வழியில் போகிற ஆள்தானே அவர். மனசுதான் அவருடைய வழி விளக்காக இருந்தது.

குட்டிச் சாத்தான் என்றால் டாட்டாவுக்குப் பயம். 'பஷீரின் பைத்தியம்' மலையாள இலக்கியத்தில் மிக அதிகம் விவாதிக்கப் பட்ட ஒன்றாக இருந்ததே! குட்டிச் சாத்தானின் உபத்திரவமே அந்த உன்மத்தம் என்று டாட்டா நம்பினார். நோய் முற்றிய சமயத்தில் டாட்டாவின் முகம் சிவந்து ரௌத்திரமாக மாறும். அப்போது அவருடைய நடவடிக்கைகள் வேறு யாருடையதோ போல இருக்கும்.

'நான் யார்?' என்று என்னைப் பார்த்துக் கேட்பார்.

'நீங்க என் பர்த்தா. வைக்கம் முகம்மது பஷீர்' என்பேன்.

'எனக்கு எந்த மாத்தமும் இல்லைதானே. நான் நானேதானே?'

டாட்டா சந்தேகத்துடன் மீண்டும் கேட்பார். பிறகு கண்ணாடி முன்னால் போய் உட்கார்ந்து தன் முகத்தையே

பார்ப்பார். முகத்தைத் தடவிப் பார்ப்பார். இல்லை. எந்த மாற்றமும் இல்லை. வைக்கம் முகம்மது பஷீரேதான்.

டாட்டா கண்ணாடியைப் பார்த்துச் சிரிப்பார்.

ஷாஹினா சிறுமியாக இருந்தபோது டாட்டா அவளுக்கு அதிகமும் குட்டிச் சாத்தான் கதைகளையே சொல்லுவார். எல்லாக் கதைகளுக்கும் ஒரு பீதியூட்டும் பின்னணி இருக்கும். ஷாஹினா ஒவ்வொரு கதையாகக் கேட்டுப் பயந்து போய் பேசாமலிருப்பாள். அவளைப் பள்ளிக்கு அனுப்பினால் திரும்பி வரும் வரைக்கும் டாட்டா, பேப்பூர் பெட்டிக் கடை வராந்தாவிலேயே ஒரே இருப்பாக உட்கார்ந்திருப்பார். வழியில் எங்காவது குட்டிச் சாத்தான் ஷாஹினாவைப் பிடித்துக்கொண்டு போய்விடும் என்ற பயம் டாட்டாவுக்கு இருந்தது. அது மிகப் பதற்றமான காத்திருப்பாக இருக்கும். பள்ளிக்கூடம் விட்டு ஷாஹினா திரும்பி வந்ததும்தான் டாட்டா நிம்மதியாவார். குட்டிச் சாத்தானின் பார்வை ஷாஹினாவின் மேல் இருப்பதாகப் பயந்தார். ஒரு நாள் ஸ்கூலில் ஷாஹினாவுக்கு அடி விழுந்தது. தலையில் அடித்திருந்ததால் சிறு காயம் ஏற்பட்டிருந்தது. என் எளேப்பாவின் (இளையப்பா) மகனும் அந்தப் பள்ளியில்தான் படித்துக் கொண்டிருந்தான். அவன் சொல்லித்தான் டாட்டாவுக்கு விவரம் தெரிந்தது. நிம்மதி இல்லாதவரானார். ஷாஹினாவைக் கட்டிப் பிடித்துக்கொண்டு அழுதார்.

'நீங்க சும்மா இருங்க. புள்ளைங்கன்னா கொஞ்சம் அடியெல்லாம் கிடைக்கத்தான் வேணும்.'

நான் சொன்னதை டாட்டா பொருட்படுத்தவே இல்லை. அவருடைய உடலின் நிறம் மெல்ல மாறுவதைப் பார்த்தேன். முகத்தில் செந்நிறம் பாய்ந்திருந்தது.

'குட்டிச் சாத்தான். . .'

டாட்டா முணுமுணுத்தார். அன்று இரவு அவருக்குப் பெரும் கொந்தளிப்பு ஏற்பட்டது. தலை வெடித்துச் சிதறும் கொந்தளிப்பு. அந்தச் சமயம் அவர் வைக்கம் முகம்மது பஷீர் என்ற எழுத்தாளராக இருக்கவில்லை. நானும் ஷாஹினாவும் பெரும் பயத்துடன் டாட்டாவை விட்டு விலகிநின்று பார்த்துக் கொண்டிருந்தோம். டாட்டா தலைகுப்புற விழுகிறார். கட்டில் மேல் ஏறிச் சுவரோடு சேர்ந்து நின்று சிரசாசனம் செய்கிறார். சப்பணமிட்டு உட்கார்ந்து பலவித மந்திரங்களை உச்சாடனம் செய்கிறார்.

எப்படியோ பொழுது விடிந்தது. நிலநடுக்கத்தில் சிக்கிக் கொண்ட இரவாக இருந்தது அது.

எங்களுக்கு பீரான்குட்டி என்ற மூத்தாப்பா இருந்தார். அவர் மௌலவியாகவும் இருந்தார். அவருக்கு இஸ்ம்* வேலைகள் கொஞ்சம் தெரியும். டாட்டாவுக்கும் பீரான்குட்டி மூத்தாப்பா மேல் நம்பிக்கை இருந்தது.

'நீ போய் பீரான்குட்டி மூத்தாப்பாவ ஒருதரம் பார்த்துட்டு வா. எனக்கு மனசு சரியில்லேன்னு சொல்லு' தூக்கத்திலிருந்து விழித்த டாட்டா சொன்னார்.

நான் உடனேயே பீரான்குட்டி மூத்தாப்பாவிடம் போனேன். சங்கதிகளை எடுத்துச் சொன்னேன்.

ஒடி முறிப்பதில் தேர்ந்தவர் பீரான்குட்டி மூத்தாப்பா. அவருக்கு ஏராளமான மந்திர வித்தைகள் தெரியும். நன்றாக ஓதக் கற்றவர். எங்கள் வல்யுப்பாவின் வீட்டுக்கு முன்னால் அடர்ந்த வாழைத் தோப்பு இருந்தது. வாழைகள் குலை தள்ளியிருந்த சமயம். அந்தப் பகுதியிலேயே அவ்வளவு பெரிய வாழைத் தோப்பு கிடையாது. அதில் பொறாமை கொண்ட யாரோ தோப்பை நாசம் பண்ண ஒடியர்களை அனுப்பினார்கள். ஆணும் பெண்ணுமாக இரண்டு ஒடியர்கள் அதிகாலையிலேயே வாழைத் தோப்புக்குள் வந்திருந்தார்கள். ஒடி வித்தை மூலம் தோப்பிலிருந்த ஒவ்வொரு மரத்தையும் வெட்டித் தள்ளத் தொடங்கியிருந்தார்கள். அப்போதுதான் சுபஹ் தொழுகைக்காக பீரான்குட்டி மூத்தாப்பா அந்த வழியே பள்ளிவாசலுக்குப் போய்க் கொண்டிருந்தார். ஹரிக்கேன் வெளிச்சத்தில் மூத்தாப்பா ஒடியர்களைப் பார்த்து விட்டார். 'ரப்புல் ஆலமீனான தம்புரானே' என்று ஓதிக்கொண்டே மூத்தாப்பா ஒரு பிடி மண்ணை அள்ளி எடுத்து அதை மந்திரித்து ஊதி ஒடியர்களுக்கு நேராகத் தூற்றினார். நின்ற வாக்கில் அவர்கள் அம்மணமானார்கள். பிறகு சிலைபோல நின்றார்கள். எவ்வளவு முயன்றும் அவர்களால் அசைய முடியவில்லை. பீரான்குட்டி மூத்தாப்பாவின் மந்திர சக்தி அவ்வளவு பெரியது. வறுத்த கோழியையே பறக்க வைக்கக் கூடியவர் மூத்தாப்பா.

'ஆரு உங்கள அனுப்பினது?'

'மன்னிச்சுடுங்க தம்புரானே' என்று அவர்கள் கதறினார்கள்.

தங்களை அனுப்பியவரின் பெயரை அவர்கள் பீரான்குட்டி மூத்தாப்பாவிடம் சொன்னார்கள். 'நான் தொழுகை முடிஞ்சு வர்றவரைக்கும் இப்படியே நில்லுங்க' என்று சொல்லிவிட்டு மூத்தாப்பா நடந்தார். பொழுது விடிந்ததும் அந்த வழியாக வந்த ஆட்கள் எல்லாரும் ஒடியர்களைப் பார்த்துக் கூக்குரலிட்டு மானத்தைக் கெடுத்தார்கள். சுபஹ் தொழுகை முடித்து

* சித்து வேலை

பள்ளிவாசல் மக்காமில் வழக்கமான வேண்டுதலையும் நிறைவேற்றிவிட்டு பீரான்குட்டி மூத்தாப்பா மீண்டும் வாழைத் தோப்புக்கு வந்தார். மறுபடியும் ஒரு பிடி மண்ணை எடுத்து மந்திரித்து ஊதி ஒடியர்கள் மீது வீசினார். ஒடியர்களின் அவிழ்ந்து போன உடைகள் மீண்டும் உடலில் ஏறிக்கொண்டன. அவர்கள் பீரான்குட்டி மூத்தாப்பாவின் காலில் விழுந்து மன்னிப்பு கேட்டு விட்டு வந்த வழியே திரும்பிப் போனார்கள்.

அந்த பீரான்குட்டி மூத்தாப்பா வந்தால்தான் டாட்டாவின் நோயைக் குணப்படுத்த முடியும்.

டாட்டா நம்பிக்கையுடன் பீரான்குட்டி மூத்தாப்பாவுக்காகக் காத்திருந்தார்.

பீரான்குட்டி மூத்தாப்பா வந்தார். எங்களுக்கும் மூச்சு வந்தது. டாட்டாவின் முகத்தில் பெரும் ஆசுவாசம். இரவு நேரப் பராக்கிரமங்களைப் பற்றி பீரான்குட்டி மூத்தாப்பா விசாரித்துத் தெரிந்துகொண்டார். அப்போதே மந்திரித்துத் தலையைச் சுற்றிப் போட்டார்.

பீரான்குட்டி மூத்தாப்பா சில விசேஷ மூலிகைகளுடன் வந்திருந்தார். பெரிய வட்டமான செம்பில் ஆட்டு ரத்தம் கலந்த தண்ணீரைக் கொதிக்க வைத்து அதில் மூலிகைகளைத் தூவினார். கொதித்து ஆற வைத்த நீர்தான் மருந்து.

டாட்டா ஒரு லங்கோட்டை மட்டும் கட்டிக்கொண்டு கீழ்ப்படிதலுடன் பலகையில் உட்கார்ந்தார். பீரான்குட்டி மூத்தாப்பா அவருக்கு எண்ணெய் தேய்த்து நீவிவிட்டார். ஒவ்வொன்றாக எடுத்துக் கொடுத்து நானும் மூத்தாப்பாவுக்கு உதவினேன். விஸ்தாரமான குளியலுக்குப் பின் டாட்டா அமைதி யாகத் தூங்கினார்.

மூத்தாப்பாவின் சிகிச்சை பலனளித்ததில் நாங்கள் ஆசுவாசப்பட்டோம். ஆரம்பத்தில் சில நாட்கள் இரவும் பகலும் மூத்தாப்பா எங்களுடனேயே தங்கியிருந்தார். நோய் குணமான பிறகுதான் தன்னுடைய வீட்டுக்குத் திரும்பிப் போனார். அதற்குப் பிறகு என் தம்பிதான் இரவில் துணையாக இருந்தான். அந்த நாட்களில், பயம் வௌவாலைப்போல எங்கள் வீட்டில் தொங்கிக் கொண்டிருந்தது.

ஷாஹினாவுக்கு நேரத்தோடு உணவு கொடுத்து தூங்க வைத்துவிடுவேன். சின்னக் குழந்தையாயிற்றே? அவளுக்கு டாட்டா என்றால் உயிர். டாட்டாவில் கரைந்துபோன அன்பு அவளுடையது.

பீரான்குட்டி மூத்தாப்பாவின் சிகிச்சை ஆரம்பித்துச் சில நாட்கள் கழிந்தன. அந்த நாட்களில் எழுத்தைப் பற்றியோ வாசிப்பைப் பற்றியோ டாட்டாவுக்கு எந்தச் சிந்தனையும் இருக்கவில்லை. மருந்து தேய்த்துக் குளித்த பின்பு மல்லாந்து படுத்து எதையோ யோசித்துக்கொண்டிருப்பதைப் பார்க்கலாம். பிறகு தூக்கம். என் மனதில் அந்த நாட்களில் பெரும் வேதனை மண்டியிருந்தது. டாட்டா சொல்வதுபோல கல்புக்குள்ளே வேதனை. அதைத் தன்னந்தனியாக மென்று விழுங்கிக் கொண்டிருந்தேன்.

ஒரு இரவு ஷாஹினாவை அணைத்தபடி தூங்கிக் கொண்டிருந்தேன். திடீரென்று ஒரு அலறல் கேட்டுத் திடுக்கிட்டு விழித்தேன்.

டாட்டாதான் அலறிக்கொண்டிருந்தார்.

என் கைகால்கள் சோர்ந்து போயின. ஷாஹினாவும் விழித்துக்கொண்டு விட்டாள். அவள் என்னை இறுகக் கட்டிக் கொண்டாள். நாங்கள் மெல்ல டாட்டாவின் அறைக்குப் போனோம். பட்டுப் போர்வை விரித்த மெத்தையைக் குத்திக் கிழித்துக்கொண்டிருந்தார் டாட்டா. மெத்தையின் பஞ்சுத் துகள்கள் டாட்டாவின் முகத்திலும் கைகளிலும் ஒட்டியிருந்தன. உலகம் முடியும்போது மனிதர்கள் பஞ்சைப்போலப் பறப்பார்கள் என்று எங்கோ வாசித்தது அப்போது என் நினைவுக்கு வந்தது. பயத்தில் கால்கள் தடுமாறின. ஷாஹினாவின் கண்கள் வெளிறி யிருந்தன.

'நீங்க என்ன பண்ணீட்டிருக்கீங்க?' ஒரு வழியாக தைரியத்தை வரவழைத்துக்கொண்டு டாட்டாவைக் கேட்டேன்.

'குட்டிச் சாத்தான். இந்த மெத்தைக்குள்ளேதான் அவன் குடியிருக்கிறான். பஷீர்கிட்டயா அவனோட வெளயாட்டு' என்றார் டாட்டா. கட்டாரியால் விசையுடன் மெத்தையைக் கீறிக்கொண்டிருந்தார்.

'நம்ம மோளு எல்லாத்தையும் பாத்துட்டு இருக்கா' – ஷாஹினாவை அணைத்துக்கொண்டு சொன்னேன். அதைக் கேட்டதும் சற்றுத் தணிந்ததாகத் தோன்றியது.

ஒருவகையாக நயந்து டாட்டாவை அடுத்த அறைக்கு அழைத்துப் போனோம்.

நானும் ஷாஹினாவும் பயந்தபடியே பக்கத்தில் உட்கார்ந் தோம். என்ன வேண்டுமானாலும் நடக்கலாம். கையில் கட்டாரி இருக்கிறது.

'போய் அமைதியாத் தூங்குங்க' என்றார். ஷாஹினாவுக்கு ஒரு முத்தம் கொடுத்தார். இருந்தாலும் அவள் மிரண்டு போயிருந்தாள்.

நாங்கள் பக்கத்து அறைக்குப் போய்ப் படுத்துக் கொண்டோம். தூங்கத் தெரியாத பெண்ணாக இருந்தேன் அப்போது. பயம் மட்டுமே நிரம்பிய இரண்டு கண்கள். வைக்கம் முகம்மது பஷீர் என்ற மகத்தான எழுத்தாளர் தன்னுடைய படுக்கையைக் குத்திக் கிழித்து உள்ளேயிருக்கும் பஞ்சைப் பிய்த்து அறை முழுக்க வாரி இறைத்தபடி உறுமிக்கொண்டிருப்பதை யாரும் அறிந்திருக்கவில்லை. டாட்டாவே தான் ஒரு பெரிய எழுத்தாளன் என்பதை மறந்துவிட்டாரா? மலையாளத்தின் பிரியப்பட்ட எழுத்தாளர் மெத்தைக்குள் ஒளிந்திருக்கும் குட்டிச் சாத்தானைக் குத்தி மல்லாக்க வீழ்த்துகிறார்.

அந்த விதமாகப் பலவற்றைப் பற்றியும் யோசித்தபடிப் படுத்திருந்தபோது மீண்டும் அலறல். டாட்டாவின் பராக்கிரமம். கட்டாரியால் மெத்தையைக் கிழித்துக்கொண்டிருந்தார். அப்பூப்பன் தாடிபோல பஞ்சுத் துணுக்குகள் பறக்கின்றன.

நானும் தம்பியும் சேர்ந்து ஒரு மாதிரியாக அவரை இழுத்துப் பிடித்தோம். அப்படிப் பிடிப்பதற்கான முயற்சியில் கையில் வைத்திருந்த கட்டாரியால் என் முகத்தில் காயம் ஏற்பட்டது. அந்தக் காயத்தின் வடு இப்போதும் இருக்கிறது. டாட்டாவை இழுத்துப் பிடித்து கைகளை ஒரு துணியால் கட்டியபோது உரக்கக் கூப்பாடு போட்டார்.

'என் அல்லா. . .யென்னைக் கொல்றாங்களே !'

டாட்டாவின் அலறலையும் புலம்பலையும் கேட்டு அண்டை வீட்டுக்காரர்கள் ஓடி வந்தார்கள்.

'பஷீருக்குப் பைத்தியம் புடிச்சிருக்கு. கள்ளு குடி முத்திப் பைத்தியமாயிருச்சு' என்று கிசுகிசுக்கத் தொடங்கினார்கள்.

டாட்டா மது அருந்துவது உண்டு. ஆனால் இந்த நோய் பீடித்த காலத்தில் மதுவைத் தொடவேயில்லை.

இரவில் டாட்டாவை அறையில் அடைத்துப் பூட்டிவிட்டு ஷாஹினாவை இடுப்பில் இடுக்கிக்கொண்டு பறம்பு வேலியைத் தாண்டினேன். பின்னால் தம்பியும். அன்றைய இரவைப் பக்கத்து வீட்டில் எப்படியோ கழித்தோம்.

மறுநாள் பீரான்குட்டி மூத்தாப்பா மீண்டும் வந்தார். நன்றாக எண்ணெய் தேய்த்து டாட்டாவைக் குளிப்பாட்டினார்.

பிறகு ஒரு கோழியை அறுத்து அதன் தலையை ஒரு குப்பிக்குள் அடைத்து என்னென்னவோ மந்திரங்களை உச்சரித்துக் குப்பியை அடுப்புக்குள்ளே புதைத்துவைத்தார்.

இருந்தும் டாட்டாவின் நோய் தணியவில்லை. டாட்டா கட்டாரியால் மெத்தையைக் குத்திக் கிழித்துக்கொண்டுதான் இருந்தார்.

பீரான்குட்டி மூத்தாப்பா கையறு நிலையில் திரும்பினார். போகும்போது 'எழுத்து தலைக்கேறிடுச்சு. படைச்சவன்தான் இனி தொணை' என்று சொல்லிவிட்டுப் போனார்.

நோய் முற்றிய ஒரு நாள் காலையில், டாட்டா தம்பியை அனுப்பி ஏராளமான மாம்பழங்களை வாங்கிவரச் செய்தார். அதை அவரே நன்றாகக் கழுவி சுத்தம் செய்தார். அதையெல்லாம் கீற்றுகளாக அரிந்து ஒரு பாத்திரத்தில் போட்டுக்கொண்டு வெளியே வந்தார். பறம்பின் நான்கு மூலையிலும் கீற்றுகளை ஒவ்வொன்றாக வரிசையாக வைத்துவிட்டுக் கைகளை மேலே உயர்த்திக் கூவி அழைத்தார்.

'ஆத்மாக்களே இறங்கி வாருங்கள். இந்த மாங்காய்க் கீற்றுகள் உங்களுக்காக வைக்கம் முகம்மது பஷீரின் நைவேத்தியம். ஆத்மாக்களே வாருங்கள்.'

சொல்லி முடித்ததும் அறைக்குத் திரும்பி அமைதியாக உறங்கினார். அந்த மாங்காய்த் துண்டுகளைக் காக்கைகள் கொத்திக்கொண்டு போயின.

சாயங்காலம். பகலுறக்கத்திலிருந்து எழுந்ததும் டாட்டா மாங்காய்க் கீற்றுகளை வைத்த இடங்களைப் போய்ப் பார்த்தார். எதுவும் மிச்சமில்லை. மிகுந்த பரவசத்துடன் டாட்டா எங்களை அழைத்தார்.

'ஆத்மாக்கள் பஷீரோட மாங்காய்க் கீத்துகளைத் தின்னுடுச்சு. இந்த பூமி நெறைய ஆத்துமாக்கள். நிழல்லேயும் வெளிச்சத்துலே யும் அழுகையிலேயும் ஆத்துமாக்கள்' என்றார்.

டாட்டாவின் நோய் முழுப் பைத்திய நிலையை எட்டியிருப்பது எனக்குப் புரிந்தது. அந்த விவரம் என் மனப் பாரத்தை இரு மடங்காக்கியது. ஷாஹினாவின் இதயத்தையும். ஜன்னல் அருகில் நின்று மகள் எல்லாவற்றையும் பார்த்துக்கொண்டிருந்தாள். பஷீரை 'டாட்டா' என்று அழைக்க ஆரம்பித்ததே அவள்தான்.

மூப்பர் வெளியே புறப்படும்போது ஷாஹினா 'டாட்டா' என்று கை வீசுவாள். ஷாஹினா மோளின் அந்த டாட்டா

அழைப்பைப் பிறகு நானும், மகன் பிறந்த பின்பு அவனும் பின்பற்றினோம். அந்த 'டாட்டா' பைத்தியம் முற்றி ஆடிக் கொண்டிருக்கிறார்.

டாட்டாவின் நண்பர்கள் வந்து கலந்துபேசி அவரை டாக்டர் சாந்தகுமாரிடம் அழைத்துப் போக முடிவு செய்தார்கள். ஆஸ்பத்திரிக்குக் கொண்டுபோக நண்பர்கள் வந்தபோது டாட்டா அவர்களிடமிருந்து திமிறி விலக முயன்றார். நாங்கள் எல்லாரும் வேதனையுடன் பார்த்துக்கொண்டிருந்தோம். முன்பு இதுபோல ஒரு இழுபறியில் கூட்டம் இடித்துத் தள்ளி என்னுடைய பல் தெறித்து விழுந்திருந்தது. இப்போதும் அந்த வலி இருக்கிறது. அதற்குப் பிறகு நோய் வந்தால் டாட்டாவைப் பிடித்து நிறுத்த எனக்குப் பயமாகவே இருந்தது.

சாந்தகுமார், டாட்டாவுக்குச் சிகிச்சை அளிக்கத் தொடங்கினார். நான் முதன்முதலாக ஒரு பைத்தியக்கார ஆஸ்பத்திரியைப் பார்க்கிறேன். குதிரைவட்டம் என்று கேள்விப்பட்டிருந்தேன். இதோ, இப்போது அங்கே என் கணவர்.

யாரிடமும் பகிர்ந்துகொள்ள முடியாத கையறுநிலை அது.

டாக்டர் சாந்தகுமாரின் அறையிலேயே டாட்டாவைப் படுக்க வைத்திருந்தார்கள். சில சமயம் டாட்டாவே என்னை மற்ற பைத்தியங்களுக்கு அருகில் அழைத்துப் போனார். அவர்கள் சொல்லுவதைப் பொறுமையாகக் கேட்பார். எல்லாவற்றையும் கேட்ட பிறகு அவர்கள் தலைமேல் கை வைத்து ஆசீர்வாதம் செய்வார்.

'எடியே... இவங்கெல்லாம் பைத்தியமில்ல. இவங்களுக்கு இருக்கிறதும் உசிருதான். நல்ல ஒண்ணாந்தரம் உசிரு. சிந்திக்கிற உசிரோட துடிப்புதான் பைத்தியம். எல்லாம் உசிருள்ள மனுஷங்க.'

சொல்லிவிட்டு டாட்டா சிரிப்பார். ஒரு மகா மனிதனால் மட்டுமே சிரிக்க முடிகிற சிரிப்பு அந்தச் சிரிப்பு.

○

டாட்டாவால் ஒரு வரலாற்றுப் பெண்ணாக மாறிய பாத்துமா நல்ல பெண்மணி. அன்பும் பாசமும் ஒன்று கலந்த ஒருவர். 'எல்லாம் தனக்கே வேண்டும் வேண்டும்' என்ற பிடிவாதம் அவரிடம் இருந்தது. அன்பு, பொன், பலா இலை எல்லாமும் ஒன்றுபோலவே அவருக்குத் தேவை. என்ன தேவைப்பட்டாலும் சகோதரர்களிடம் கேட்பார். கேட்டு அதைப் பெற்றுக்கொள்வார். டாட்டா அவருடைய வல்யிக்கா

அல்லவா? எனவே பெரிய அண்ணனிடம் பாசம் அதிகம். டாட்டா பேப்பூரில் இருந்தபோது பாத்துமா இங்கே வந்து தங்கியிருந்தார். தூரப் பிரயாணம் சிரமமானது என்றபோதும் அவர் இங்கே வந்திருந்தார். இக்கா மீது வைத்திருந்ததுபோலவே என் மீதும் அவருக்கு எல்லையில்லாத பாசம் இருந்தது.

பாத்துமாவின் கணவர் பெயர் கொச்சுண்ணி. தலையோலைப் பறம்பில் கயிறு பிரித்து தொடுபுழையில் கொண்டு போய் விற்பதுதான் அவர் வேலை. பாத்துமா ஆடுகளைப் பராமரிக்கிறார். நிறைய கோழிகளும் இருந்தன. வீட்டின் ஒரு பகுதியை ஓலையும் மடலும் வேய்ந்து ஒரு சார்ப்பை உண்டாக்கி அதில் குடியிருந்து கொண்டு இன்னொரு பகுதியை வாடகைக்கு விட்டு வருமானம் தேடிக்கொண்டிருந்தார். மகள் பெயர் கதீஜா. வாலைப்போல எப்போதும் அம்மாவின் கூடவே இருப்பாள். கதீஜாவை ஒரு நல்ல ஆளுக்குக் கட்டிவைக்க வேண்டும் என்பதுதான் பாத்துமாவின் ஒரே ஆசை. அதற்குத் தேவையானதையெல்லாம் ஏற்கனவே சேர்த்து வைத்துமிருந்தார். பத்து ரூபாய் கிடைத்தாலும் அதைச் செலவு செய்ய மாட்டார். இதற்கென்று ஒதுக்கி வைத்து விடுவார்.

கொச்சுண்ணியைக் காலையில் வியாபாரத்துக்கு அனுப்பி, பாத்திரங்களைக் கழுவிக் கவிழ்த்து வைத்துவிட்டு பாத்திமா சவாரிக்குத் தயாராவார்.

பாத்துமாவின் ஆடு உண்மையில் அவளுக்கு ஒரு மகளைப் போல. நல்ல சுறுசுறுப்பு. சில சமயம் அந்த ஆட்டின் நடவடிக்கைகள் மனிதர்களைப் போலவே இருக்கும். அறிவுஜீவி ஆடு என்று டாட்டா அவ்வப்போது கேலி செய்வார். ஆட்டின் பராக்கிரமங்களைப் பார்த்துக்கொண்டு நிற்பதில் டாட்டாவுக்குப் பேரானந்தம். பாத்துமா நடந்துபோவதே ஒரு தினுசாக இருக்கும். வேட்டியின் ஒரு முனையைப் பிடித்துக்கொண்டு தாவித் தாவி நடப்பார். நல்ல வேகம். தன் கணவரை மச்சான் என்றுதான் அழைப்பார்.

டாட்டாவின் ‘பாத்துமாவின் ஆடு’ நாவலை வாசித்திரா விட்டாலும் அதன் ஒவ்வொரு சொல்லும் பாத்துமாவுக்குத் தெரியும். வாசித்துக் கேட்ட ஞானம். பிள்ளைகளும் பேரக் குழந்தைகளும் அவருக்கு வாசித்துக் காட்டுவார்கள். ஆடு என்பது ஒரு ஆள்தான். என் வாழ்க்கையில் இன்றுவரை அப்படி ஒரு ஆட்டை நான் பார்த்தது இல்லை. ஓடி வந்து நமக்கு முன்னால் நிற்கும். அந்த நிற்றலும் அதன் பார்வையும் காண வேண்டிய காட்சிதான். அந்தப் பார்வையிலும் பாவனையிலும் அதற்கு நம்மிடம் சொல்ல வேண்டியவை எல்லாம் அடங்கி

யிருக்கும். பசித்தால் அடுக்களைக்குள் புகுந்து – அன்றெல்லாம் வேகவைத்த கப்பைக் கிழங்குதானே பிரதான உணவு – பாத்திரத்தில் தலையை நுழைத்துக் கிழங்கைத் தின்னும். கஞ்சி வைத்திருந்தால் அதிலிருந்து நீரைமட்டும் உறிஞ்சிக் குடிக்கும். மிச்சமிருக்கும் சோற்றைத் தொடாது. பாத்துமா அதற்கென்று பிரத்தியேகமாக பலா இலைகளையோ மற்ற உணவையோ கொடுக்க வேண்டிய தேவை இருக்கவில்லை. அதுவாகவே எல்லாம் செய்துகொள்ளும். இன்று இருக்கும் ஆட்கள் எல்லாம் பாத்துமாவின் ஆட்டின் சந்ததிகள்தாம். பாத்துமா ஆண்குட்டி ஒன்றை எனக்கும் கொடுத்திருந்தார். அன்று நாங்கள் குடியிருந்த வீட்டில் அதற்காகக் கூண்டெல்லாம் செய்து அதை வளர்த்தோம். எங்கள் பக்கத்தில் குட்டன் பிள்ளை என்று ஒருவர் இருந்தார் என்று சொல்லியிருந்தேன் இல்லையா? அவருடைய மகன் தபால் சேவகர். அவர்களுடைய பறம்பில் பலா மரங்கள் நிறைய இருந்ததால் ஏராளமான இலைகள் கிடைத்தன. குட்டன்பிள்ளைக்கு டாட்டா மீது இருந்ததுபோலவே என் மேலும் மிகுந்த பாசம். திருமணம் முடிந்து நான் வந்தது முதல் அவருக்கு என் மீது அந்தப் பாசம் இருந்தது. பாத்துமாவிடம் வேறு ஆடுகளும் நிறைய இருந்தன. நிறைய பசுக்களும் இருந்தன. ‘பாத்துமாவின் ஆடு’ என்று சொல்லப்பட்ட ஆட்டுக்கு அப்படியொன்றும் ஆரோக்கியம் கிடையாது. வயிறு ஒட்டி மெலிந்துதான் இருக்கும். ஆனால் அதை யாராலும் தொட்டுவிட முடியாது. அப்படித் துள்ளும்.

‘பாத்துமாவின் ஆடு’ எங்கள் திருமணத்துக்கு முன்பே எழுதப்பட்ட நாவல். ஆனால் திருமணத்துக்குப் பிறகுதான் புத்தகமாக வெளியிடப்பட்டது. டாட்டா அதைக் கிறுக்கலான கையெழுத்தில் ஒரு நோட்டுப் புத்தகத்தில் எழுதி வைத்திருந்தார். ஒவ்வொரு நிகழ்ச்சி நடக்கும்போதும் நோட்டைத் திறந்து அதை உடனேயே குறித்து வைத்துக்கொள்வார். அந்த நோட்டுப் புத்தகத்தை ‘அனுபவங்களின் நிலுவைப் புத்தகம்’ என்பார். ‘பாத்துமாவின் ஆடு’ நாவலின் முடிவில் பைத்தியம் பிடித்த போது தனக்கு நஸ்யம் செய்தவர்களைப் பற்றிப் பிற்சேர்க்கையாக எழுதியிருக்கிறார்.

மனநிலைக் கோளாறு ஏற்பட்ட காலத்தில் டாட்டா சைத்தானைப் பார்ப்பதாகச் சொல்லுவார். அதற்காகக் கண்களில் ஒருவகை மருந்தைத் தீற்றுவோம். பலர் அதைச் செய்திருக்கிறார்கள். பரமேஸ்வரன் நாயர், பீதாம்பரன் என்ற எஞ் சினீயர், பாஸ்கரன் நாயர் ஆகியோரும் நானும் அப்படித் தீற்றிக் கொடுத்திருக்கிறோம். எல்லார் பெயரையும் எழுதிச் சேர்த்தபோது

என் பெயரையும் சேர்த்துவிட்டிருந்தார். வல்லப்புழை வைத்தியர் கொடுத்த மருந்து அது. கண்களில் தீற்றுவது கொடுமையான சங்கதிதான். பூலோகமே தெரிந்துவிடும். அந்தக் களிம்பு கடும் எரிச்சலை ஏற்படுத்தும். அதை 'எரிச்சலின் கடல்' என்று சொல்லுவார் டாட்டா. கோரமான அந்த சிகிச்சைக் காலத்தில் தான் டாட்டா 'பாத்துமாவின் ஆடு' கதையை எழுதினார்.

குழந்தைகளுக்குப் பிடித்த கதைகளைச் சொல்லுவதுதான் டாட்டாவின் முக்கியமான வேலை என்று தோன்றும். குழந்தை களைக் குதூகலப்படுத்த எவ்வளவு நேரமாக இருந்தாலும் செலவு செய்வார். பெருநாளாக இருந்தாலும் கொண்டாட்டங்களாக இருந்தாலும் குழந்தைகளுடன் கழிப்பதில் டாட்டாவுக்குப் பிரத்தியேக ஆனந்தம் இருந்தது.

❍

தலையோலைப் பறம்பில் நோய்வாய்ப்பட்டுப் படுத்திருந்த சமயம். அந்தக் கிடப்பை 'நல்லரிக்க' என்று சொல்லுவார். அந்தச் சமயங்களில் தம்பிகளின் குழந்தைகளும் தங்கைகளின் குழந்தைகளும் மட்டுமே டாட்டாவின் அருகில் தைரியமாகச் செல்வார்கள். இளையம்மா, அவருடைய குழந்தைகள், மூசாக்கா, அவருடைய பிள்ளைகள் என்று நிறையபேர் இருப்பார்கள். அவர்கள் எல்லாரும் ரகம் ரகமான பழங்களைக் கொண்டு வருவார்கள். அவற்றையெல்லாம் டாட்டா குழந்தைகளுடன் குழந்தையாக உண்பார்.

அன்றைய நஸ்யமும் கண்ணெழுதும் சிகிச்சையும் முடிந்து தான் டாட்டாவை தலையோலைப் பறம்புக்குக் கொண்டு வந்தோம்.

'என் உப்புப்பாக்கொரு ஆனையிருந்தது' புத்தகத்தைப் பற்றி ஏறத்தாழ எல்லாரும் மோசமாக என்னென்னவோ பேசியிருந் தார்கள். அந்த வருத்தம் நிரம்பியிருந்த சமயம் அது. பொதுவாக டாட்டா வருத்தங்களை முகத்தில் காட்ட மாட்டார். உள்ளுக்குள் அதுபோல வருத்தம் ஏற்படும்போது தூக்கமின்மை, உணவின் மீதான வெறுப்பு ஆகியவை வந்துவிடும். விமோசன சமர காலமாக இருந்ததனால், சம்பிரதாயவாதிகளின் பிரிவு அந்த நாவலுக்கு எதிராகச் செயல்பட்டது. கம்யூனிஸ்ட் அமைச்சரவை அந்த புத்தகத்தைப் பாட நூலாக அங்கீகரித்திருந்தது என்பதுதான் எதிர்ப்புக்கு முக்கிய காரணம். குழந்தைகள் சொல்லக்கூடாத வார்த்தைகள் அந்தப் புத்தகத்தில் இருக்கின்றன என்பது முதன்மையான விமர்சனம். அதில் டாட்டாவுக்கு ஏற்பட்ட வருத்தத்தை மாற்றுவதுடன் சாமான்ய மக்களுக்கு அந்தப்

படைப்பை அறிமுகப்படுத்துவது என்ற தீர்மானத்திலிருந்துதான் அதை நாடகமாக முன்வைப்பது என்ற திட்டம் உருவானது. முல்லவீட்டில் அப்துரஹிமான் அதற்கு முன் கையெடுத்தார். வி. அப்துல்லா, கே.ஏ. கொடுங்ஙல்லூர், திக்கோடியன், பட்டத்து விளை கருணாகரன் போன்ற இலக்கியவாதிகளும் கலாச்சாரச் செயல்பாட்டாளர்களும் களத்தில் இருந்தார்கள்.

'பாத்துமாவின் ஆடு' நாவலுக்கு யாரிடமிருந்தும் எந்த எதிர்ப்பும் வரவில்லை. அது டாட்டாவின் சொந்த வாழ்க்கையாக இருந்தது. அவரவர் வாழ்க்கையை எல்லாரும் ஏற்றுக்கொள்ளும் விதமாக வெளிப்படுத்தியது. அதில் வரும் கதாபாத்திரங்கள் பேசும் வார்த்தைகள் எல்லாம் டாட்டாவின் வீட்டில் புழங்கிய வார்த்தைகள்தாம். அவையெல்லாம் புதிய தலைமுறைக்குப் புது அனுபவங்கள்.

டாட்டாவுக்குப் பிடித்த புத்தகம் 'பாத்துமாவின் ஆடு' தானா? நான் பலமுறை கேட்டிருக்கிறேன். ஆனால் ஒருபோதும் அதற்குப் பதில் சொன்னதில்லை. பாத்துமாவின் ஆடு அவருடைய விருப்பத்துக்குரிய புத்தகங்களில் ஒன்றுதான். நமது பிள்ளைகளில் எந்தக் குழந்தை மேல் அதிக ஆசை என்று யாராவது கேட்டால் என்ன சொல்லுவோம்? அதுபோல எல்லாப் புத்தகங்களும் டாட்டாவுக்குப் பிடித்தமானவைதாம். 'பால்யகால சகி', 'பாத்துமாவின் ஆடு', 'என் உப்புப்பாக்கொரு ஆனையிருந்தது' எல்லாமும் டாட்டா தன் ஆன்மாவோடு அணைத்துக்கொண்ட புத்தகங்களே.

டாட்டாவின் புத்தகங்களில் எனக்கு விருப்பமானது 'பாத்துமாவின் ஆடு'தான். நான் தலையோலைப் பறம்பு வீட்டுக்குச் செல்லும்போது அதில் சொல்லப்பட்டிருந்த எல்லாவற்றையும் நேரில் உணர்ந்தேன் என்பதே காரணம். பாத்துமாவின் ஆட்டையும் அதில் சொல்லப்பட்ட மனிதர்களையும் நான் அந்த வீட்டில் பார்த்தேன்.

எங்கள் வாழ்க்கையைப் பற்றி எழுதும் எண்ணம் டாட்டாவுக்கு இருந்தது. ஆனால் அதற்கு முன்னோர்களைப் பற்றியும் எழுத வேண்டும். நான் அதை ஒப்புக்கொள்ளவில்லை. எழுத வேண்டிய சங்கதிகள் ஏராளமான இருந்தன. சொல்லி எழுதுவிக்கத் தேவையான சமயமும் கிடைக்கவில்லை. திருமணம் முடிந்த உடனேயே மகளின் கணவர் திடுமென்று மறைந்தது எங்கள் இதயங்களை நொறுக்கிவிட்டது. அந்த வேதனை டாட்டாவைப் பெரும் துக்கத்திலும் நோயிலும் கொண்டுபோய்த் தள்ளியது.

அந்த வேதனையிலிருந்து அவரால் மரணம்வரைக்கும் விடுபட முடியவில்லை.

ஹபீபை அந்த அளவு டாட்டா நேசித்தார்.

ஹபீபும் டாட்டாவுக்கு எல்லாமாக இருந்தார். இருவரும் உயிர்த் தோழர்களாக இருந்தார்கள். ஹபீபின் மறைவுக்குப் பிறகு டாட்டா ஒருவகையில் வாழ்க்கையிலிருந்து விடைபெற்றுக் கொண்டவரைப் போலத்தான் வாழ்ந்தார்.

○

ஏதாவது ஒரு விஷயம் மனத்தைப் பாதித்துவிட்டால் அதை மாற்றிக்கொள்ள டாட்டாவுக்கு நீண்ட காலம் தேவைப்படும். 'அனுராகத்தின் தினங்கள்' புத்தகத்தில் சரஸ்வதி தேவியிடம் தன்னை மறக்கச் சொல்லிவிட்டு அவரால் அதிலிருந்து எத்தனையோ காலத்துக்குப் பிறகுதான் விடுபட முடிந்தது. தேவியை மறக்க எவ்வளவு காலம் பிடித்தது என்பதை யாரால் விளக்க முடியும்? அதற்கும் எத்தனையோ காலத்துக்குப் பின்புதான் என்னைத் திருமணம் செய்துகொண்டார். என்றாலும் தேவியை மறந்துவிட்டாரா? மறக்க வேண்டும் என்று நினைத்திருப்பார். இருந்தாலும்... அது அத்தனை பெரிய காதலாக இருந்ததே. தேவியை நினைக்காத நிமிஷங்கள் டாட்டாவுக்கு இருந்திருக்குமா? முதுமையில்கூட அவர் தேவியை நினைத்துக்கொண்டுதான் இருந்தார். அந்தப் பெண்ணை டாட்டா மோசம் பண்ணிவிடவில்லை என்பது அவருடைய நண்பர்கள் எல்லாருக்கும் தெரியும். தேவியைப் பார்க்க வேண்டும் என்று பிற்காலத்தில் நான் ஆசைப்பட்டேன். ஒருமுறை ரயில் பாதையை ஒட்டி நாங்கள் போகும்போது 'இதுதான் தேவி வசித்த வீடு' என்று ஒரு பழைய தறவாட்டு வீட்டைக் காண்பித்தார். தேவியின் வீடு. தேவி டாட்டாவுடன் போனால் வீட்டின் மேல் நிலையிலிருந்து குதித்துத் தற்கொலை செய்துகொள்வோம் என்று அவளுடைய அப்பா, அம்மா பயமுறுத்தியிருந்தார்களாம். 'நாங்க இப்போ குதிச்சுடுவோம்' என்று சொல்லியே அவர்கள் பல சந்தர்ப்பங்களில் தேவியை முள்முனையில் நிறுத்தியிருக்கிறார்கள். தேவியை இழந்தது டாட்டாவுக்கு எவ்வளவு துக்கமாக இருந்திருக்கும் என்று நான் பலமுறை யோசித்திருக்கிறேன். தேவி பின்னர் சிங்கப்பூருக்குப் போய்விட்டாள். தேவியைப் பற்றி யோசிக்கும்போதெல்லாம் டாட்டாவின் கண்கள் நிரம்பிவிடும். அப்போது அந்த முகத்தில் பெரும் துக்க உணர்வு தெரியும். தேவி தன்னுடைய

பெற்றோரின் பேச்சைக் கேட்டதனால்தான் டாட்டாவால் அவளை மணந்து கொள்ள முடியாமல் போயிற்று. உண்மையில் டாட்டா அந்தத் திருமணத்தை விரும்பினார். முதல் காதலியை அவர் தனது இறுதிக் காலம்வரைக்கும் நினைத்துக்கொண்டேதான் இருந்தார்.

'நான் உன்னைக் கைவிட்டது ஏனென்று உனக்குத் தெரியுமில்லையா? அந்த இரண்டு ஆத்மாக்களும் எப்போதும் நமக்குப் பின்னாலேயே இருக்கும் என்பதனால்தான். அதனால் நாம் பிரிந்துவிடுவோம்' என்று டாட்டா தேவியிடம் சொல்லியிருக்கிறார்.

'விசன மோகன மதுர காவியம்' என்றுதான் தேவியைப் பற்றி டாட்டா சொல்வார். தேவி ஒரு முஸ்லிமைத் திருமணம் செய்துகொண்டதால் ஏற்படும் அவமானபாரத்தால் அவர்கள் தற்கொலை செய்து கொண்டால் டாட்டாவுக்கு அந்த வேதனை ஒருபோதும் மாறியிருக்காது. தேவியைச் சமாதானப்படுத்தி அனுப்பிவைத்தார் டாட்டா. அப்படிப்பட்ட மனநிலை பற்றி என்னுடைய வல்யாப்பா ஒருவரும் சொல்லக் கேட்டிருக்கிறேன். வல்யாப்பா ஒரு பெண்ணைக் காதலித்தார். அவள் படித்துக்கொண்டிருந்தாள். வல்யாப்பாவின் உம்மாவுக்கு அதில் கொஞ்சம்கூட விருப்பமில்லை. தன்னுடைய உம்மாவின் விருப்பத்துக்கு இணங்கி வல்யாப்பா அவளை மறந்தாராம். முதல் காதலியை யாராலும் மறக்க முடியாது; யாராலும்.

❍

முல்லவீட்டில் அப்துரஹிமான் எங்கள் நெருங்கிய நண்பர். பேப்பூரில் வீடு கட்டியபோது தலைவாசல் கதவு வாசலுக்கு நேராக இருந்தது. அதை மாற்றும் திட்டமும் வாசலை சற்றுத் தள்ளி வைக்கும் திட்டமும் டாட்டாவின் மனதில் உருப்பெற்றபோது அதை அப்துரஹிமானிடம்தான் முதலில் தெரிவித்தார். நல்ல சஹிருதயர். அப்துரஹிமானை வரவழைத்துப் பறம்புக்கும் வீட்டுக்கும் வாசல்கதவுக்கும் சில மாற்றங்களைச் செய்தார். இப்படிச் சின்னதும் பெரிதுமான எந்தக் காரியத்துக்கும் அப்துரஹிமான் சாகிப் வந்து நிற்பார். கம்யூனிஸ்ட் தலைவர்களான ஏ.கே.கோபாலன், இ.எம்.எஸ்., டி.வி. தாமஸ் போன்றவர்களுடன் நெருங்கிய தொடர்புள்ளவராக இருந்தார். அந்தத் தலைவர்கள் தலைமறைவு வாழ்க்கை நடத்திக்கொண்டிருந்தபோதுகூட அவர்களுடன் தொடர்பில் இருந்தார். சமூகச் செயல்பாடுகளில் ஈடுபாடுகொண்ட ஒரு நண்பர் வட்டமே அன்று இயங்கிக்கொண்டிருந்தது. அதில்

காங்கிரஸ் தொண்டர்களும் இருந்தார்கள். அப்துரஹிமானும் காங்கிரஸ்காரர்தான். ஆனால் விமோசன சமரம் முடிந்த பிறகு அப்துரஹிமான் சாயபுவுக்கு எதன்மீதும் ஈடுபாடு இல்லாமல் போயிற்று.

வீட் ஹௌசில் சீட்டாட்டத்துக்கு நடுவே முஹம்மது ஸ்ராங்க், அப்துரஹிமான் சாஹிபைக் குத்திக் கொன்றார். அவர்கள் இருவரும் நெருங்கிய நண்பர்களாக இருந்தவர்கள். அற்ப நேர ஆத்திரத்தில்தான் ஸ்ராங்க் அந்தக் கொலையைச் செய்தாராம். ஸ்ராங்குக்கு மட்டுமே தெரிந்த பகையுணர்வுதான் கொலையில் முடிந்திருக்கலாம் என்று டாட்டா சொல்லுவார். தூக்குத் தண்டனை விதிக்கப்பட்டதும் ஸ்ராங்க் டாட்டாவுக்கு எழுதிய கடிதம் இங்கே இருந்தது. வேதனையான கடிதம். தெரியாமல் நடந்துவிட்டது; என்னைத் தூக்கில்போட வேண்டாம் என்று நீங்கள் அரசாங்கத்தைக் கேட்டுக்கொள்ள வேண்டும்; தூக்குப் போடச் சம்மதிக்கக் கூடாது; தூக்குக் கயிறு இல்லாம செய்யுங்கள் என்றெல்லாம் கேட்டுக்கொண்டது அந்தக் கடிதம். அப்துரஹிமான் சாயபுவின் உம்மாவுக்கும் அதைப் போன்ற கடிதத்தை ஸ்ராங்க் எழுதியிருந்தார். ஸ்ராங்க் எழுதிய கடிதம் வெகுகாலம் டாட்டாவின் ஃபைலில் இருந்தது. நானே வாசித்திருக்கிறேன். முஹம்மது ஸ்ராங்க் அப்பாவிதான். ஆனால் அவர்களுக்கிடையில் சொல்லமுடியாத ஒரு விலகல் எப்போதும் பேச்சில் இருந்தது.

திக்கோடியன், பட்டத்துவிளை கருணாகரன், எம்.டி., ஆகியவர்களுடன் சேர்ந்து நாங்கள் ஷொர்ணூரில் ஒரு இடம் வாங்கியிருந்தோம். அங்கே காய்கறிகள், சேனை, வாழை, பறங்கி, மரவள்ளி எல்லாம் சாகுபடி செய்திருந்தோம். எல்லாரும் சேர்ந்து காரில் ஒரு போக்குப் போவோம்.அப்துரஹிமான் கோழியடித்துக் கொண்டு வருவார். நல்ல இடம். காய்கறி விளைச்சலுக்குத் தோதான மண். எல்லாம் விளைந்தன. பார்த்தால் வாயடைத்துப் போகும். எல்லா அறுவடைக் காலங்களிலும் அந்த மாதிரிப் பயணம் போவோம்.

இங்கே, வைலாலில் முந்தைய இரவில் எல்லாரும் உட்கார்ந்து சீட்டாடிக் கொண்டிருந்தார்கள். அப்துரஹிமானும் முகம்மது ஸ்ராங்கும் வேறு பலரும் இருந்தார்கள். மறுநாள் வீட் ஹௌசில் அந்தக் கொடிய சம்பவம் நடந்தது.

கத்தியால் மூன்று முறை குத்தியதாகச் சொல்லப்பட்டது. ஸ்ராங்க் அன்றைக்கே போலீசில் சரணடைந்தார். டாட்டாவுக்கு

வெகுகாலம் இது போன்ற செய்திகளைத் தெரிந்துகொள்ளக் கூட விருப்பமில்லை. அந்த அளவுக்கு அது மனதில் காயத்தை ஏற்படுத்தியிருந்தது. அவருடைய பிரக்ஞை கலங்கிய நீர்போல ஆகி இருந்தது.

உள்ளுக்குள்ளேயே ஏதோ குரோதத்தை மறைத்து வைத்திருந்தது போலத்தான் முகம்மது ஸ்ராங்கின் குணம் என்று சில சமயம் தோன்றும். அன்றாடம் வரும் விருந்தாளிகளில் ஒருவராக இருந்தார் அவர். முல்லவீட்டில் அப்துரஹிமானை எதற்காக முகம்மது ஸ்ராங்க் குத்திக் கொன்றார்? அந்த ரகசியம் இன்றும் அறியப்படாமலேயே இருக்கிறது.

டாட்டாவுக்கு ஏராளமான நண்பர்கள் இருந்தார்கள். நண்பர்களைப் பற்றி எழுதினாலே ஒரு புத்தகம் முடிந்துவிடும். சிலரைப் பற்றி மட்டும் இங்கே சொல்கிறேன்.

❍

அன்றாட வருகையாளர்கள்தாம் டாட்டாவின் நித்திய பந்துக்கள். அவர்களில் சுராஸுவும் ஒருவர். காசுக்குத் தட்டுப்பாடு வரும்போதெல்லாம் இங்கே வந்து சேருவார். வரும்போதெல்லாம் கொஞ்சம் ‘போட்டிருப்பார்.’

ஒரு நாள் இரவு. மணி பதினொன்று ஆகியிருக்கும். கேட்டுக்கு வெளியே பயங்கர சத்தம். டாட்டா அறையில் வாசித்துக் கொண்டிருந்தார். சுராஸு தன் மனைவி அம்புஜாவுடன் வந்திருந்தார். இரவானதும் நாங்கள் கேட்டைப் பூட்டிவிடுவோம். கேட்டுக்கு அப்பாலிருந்து சுராஸு உரக்கக் கூப்பிடுகிறார். நான் ஓடிப் போய்க் கேட்டைத் திறந்தேன். சுராஸுவைத் தாங்கிப் பிடித்து ஒருவழியாக வராந்தாவுக்குக் கொண்டு வந்து சேர்த்தோம். பாவம், அம்புஜம். அவளை மெச்சத்தான் வேண்டும். சுராஸுவுடனான வாழ்க்கை அந்த அளவுக்கு சகிக்க முடியாததாக இருந்தது. உடனே இருவருக்கும் உணவு கொடுத்தோம். டாட்டா அவர்களை இங்கேயே தங்கிவிடச் சொன்னார். உண்மையில் எனக்குப் பயமாகத்தான் இருந்தது. என்ன அக்கிரமத்தைச் செய்துவிட்டு இங்கே படியேறி வந்தாரோ, யாருக்குத் தெரியும்?

நான் டாட்டாவிடம் சொன்னேன். டாட்டா பழக்கமான நண்பர் ஒருவரை உடனே வரவழைத்தார். சுராஸுவின் கையிலேயே ஒரு கடிதத்தைக் கொடுத்து நளந்தா ஓட்டலுக்கு அனுப்பினார். கடிதத்தைப் படித்த மானேஜர் அவர்களுக்கு ஒரு அறையை ஒதுக்கிக் கொடுத்தார்.

சுராஸு அடிக்கடி வருவார். ஏதாவது அவசரத் தேவை என்றால் நீண்ட நேரம் இங்கேயே உட்கார்ந்திருப்பார். நல்ல மனிதர். குடிக்காமலிருந்தால் அப்பாவி. சுராஸுவின் நடிப்பை நான் பார்த்ததில்லை. சினிமாவிலும் நாடகத்திலும் அவர் பேசுவது ஸ்கிரிப்டில் இருப்பதை அல்ல என்று சொல்லிக் கேட்டிருக்கிறேன்.

○

சுராஸுவை விட்டால் இன்னொருவர் ஜான் ஆப்ரஹாம். ஜான் ஆப்ரஹாம் வந்துவிட்டால் பயங்கரக் கலவரம் செய்வார். நெருக்கம் கொள்ளச் சிரமமான ஆசாமிதான் ஜான் ஆப்ரஹாம். பெரும்பாலும் ஒழுங்கீனமான தோற்றம். ஆனால் அதில் டாட்டாவுக்கு ரசக் குறைவே ஏற்பட்டதில்லை. மாங்கோஸ்டின் மர நிழலில் இருவரும் நெடுநேரம் உட்கார்ந்திருப்பார்கள். சில நேரங்களில் மட்டுமே உரக்கப் பேசுவதைக் கேட்கலாம். ஜான் ஆப்ரஹாம் குடிக்காமல் டாட்டாவைப் பார்க்க வந்ததே இல்லை. அவர் குடித்திருக்கிறார் என்பது அந்த இடுங்கிய பார்வையிலேயே தெரிந்துவிடும். அவர் வராத நாட்களில் 'எங்கே அந்தக் கள்ளுக் குப்பியைக் காணோம்' என்று டாட்டா விசாரிப்பார். ஜானை 'தாடியும் முடியும் வைத்த கள்ளுக் குப்பி' என்றுதான் டாட்டா அழைப்பார். ஜான் மீது டாட்டாவுக்குப் பெரும் மதிப்பு. ஜானுக்கும் டாட்டாமீது அதே போன்ற மதிப்பு இருந்தது. டாட்டாவின் வழுக்கைத் தலையைப் பார்த்துக்கொண்டே நிற்பார் ஜான். 'கம்பீரமான சம்பவம்' என்பார்.

'எது?' என்று டாட்டா கேட்பார்.

'இந்த வழுக்கைதான். ஒரு சரித்திர நிகழ்வு' என்று ஜான் சிரித்துக்கொண்டே சொல்வார்.

டாட்டா மதுவருந்த ஜானுடன் போனதுண்டு. எந்த ஓட்டலுக்குப் போனாலும் அங்கே டாட்டாவுக்கு வேண்டியவர்கள் இருப்பார்கள். இரவில் குடித்துவிட்டுப் பிம்பிரியாக வருவார்கள். குடித்திருந்தால் டாட்டா கொஞ்சம் எட்டித் தூரமாகவே நிற்பார். அப்படி நிற்பதையும் அந்த பாவனையையும் பார்க்கும்போது எனக்கு ஆத்திரம் பொங்கி எழும். நான் சண்டை போடுவேன். அந்தக் கோபத்தில் டாட்டா வராந்தாவிலேயே மூத்திரம் பெய்து வைப்பார். எதுவும் சுய உணர்வுடன் அல்ல. வராந்தாவில் ஒன்றுக்கிருந்து வைப்பார் என்று பயந்தே என்னால் சண்டைபோட முடியாத நிலைமை ஏற்பட்டது.

'உம்மச்சி, பஷீர்க்காவ நல்லபடியாப் பாத்துக்கணும்' என்று பலமுறை சொல்லுவார். 'அப்படிச் சொல்லு ஜான்' என்ற பாவனையில் டாட்டா அவரை உற்சாகமூட்டி விட்டு டாட்டா தள்ளி நின்றுகொள்வார். பஷீர்க்காவோட குத்தம் குறையெல்லாத்தையும் நீங்க பொறுக்கணும். நமக்கு இந்த பூமியிலே இத்தன நல்ல மனுஷன் வேறே கெடயாதே, உம்மச்சி' என்பார் ஜான். அதைக் கேட்டதும் கஜல் கேட்கும்போது 'வாஹ்' என்று ஒலி எழுப்புவதைப் போன்ற ஒரு பாராட்டு ஒலி டாட்டாவிடமிருந்து வெளிவரும்.

'நாம் ரெண்டு பேர்தான் இந்த பூமியிலேயே ஒரேயொரு ரெண்டு நல்ல மனுஷங்க' என்பார் டாட்டா. 'ஒரே ஒரு இரண்டு நல்ல மனிதர்கள்' என்ற டாட்டாவின் பதப்பிரயோகத்தைக் கேட்டு ஜான் வெடித்துச் சிரித்தது இப்போதும் நினைவிருக்கிறது.

ஒருநாள் டாட்டா, குடித்துவிட்டுத் தள்ளாடி வந்து வசவுதிர்த்துக் கொண்டிருந்தார். கேட்டுக்கு அந்தப் பக்கம் நின்று அதையெல்லாம் சொல்வாரே தவிர உள்ளே வரமாட்டார். நல்ல ஃபிட்டாக இருந்தார். சுற்றிலும் ஆட்கள் திரண்டுவிட்டார்கள். டாட்டா இப்படி வந்ததைப் பார்த்துப் பயந்து மகள் கட்டிலுக்கு அடியில் ஒளிந்துகொண்டாள். எங்கள் இரண்டு பேரையும் உள்ளே அறைக்குள் தள்ளிக் கதவை மூடினார். இந்த மனுஷர் என்ன செய்தார் தெரியுமா? கால் கழுவ வைத்திருக்கும் கிண்டியிலிருந்த தண்ணீரைக் கடகடவென்று வாயில் கவிழ்த்துக்கொண்டு கிண்டியை வைத்துவிட்டார். குடிப்பதற்காகத் தண்ணீர் வைத்திருந்த கூஜாவைத் தொடவே இல்லை. 'இனி உங்ககூட இருக்க முடியாது. நீங்களும் உங்க மகளும் வாழ்ந்துக்கோங்க' என்று மறுநாள் சொன்னேன். அதைக் கேட்ட அன்றைக்கு வெறும் கட்டஞ்சாயாவை மட்டுமே குடித்துக்கொண்டு வெளியே எங்கும் போகாமல் ஒரே இருப்பாக உட்கார்ந்திருந்தார். அன்றைக்கு நாங்களும் பட்டினி கிடந்தோம். டாட்டாவின் எல்லாப் பராக்கிரமங்களையும் பக்கத்திலிருந்து பார்த்தது ஷாஹினாதான். டாட்டாவின் உன்மத்தம், குடிப்பழக்கம், ஏகாந்த துக்கங்கள் எல்லாவற்றுக்கும் ஷாஹினாதான் சாட்சி. டாட்டாவுடன் கலந்த மகள். அவளைப் பற்றியே டாட்டா நிறைய எழுதியிருக்கிறார்.

○

எம்.டி.யுடன் சேர்ந்தும் டாட்டா குடித்திருக்கிறார். 'எடியே, குடிச்சு குடிச்சு எம்.டி.க்கு குலைநோய் வந்துடுச்சு.

பாவம்’ என்று ஒருநாள் சொன்னார். நோய்வாய்ப்பட்டு எம்.டி. ஆஸ்பத்திரியில் படுத்திருந்தபோது டாட்டாவின் அழுகை நிரம்பிய பிரார்த்தனைகளைக் கேட்க முடிந்தது. ‘யா, ரப்பே. எனக்குப் பிரியப்பட்ட மனுஷன், நீதான் காப்பாத்தணும். நீதான் ரட்சிக்கணும்.’

அந்தக் கிடப்பிலிருந்து எம்.டி. தப்பிப் பிழைப்பார் என்று யாரும் நினைக்கவே இல்லை. அவ்வளவு மோசமாக இருந்தது அப்போதைய நிலைமை. டாட்டாவின் மதுப்பழக்கம் மட்டுப்பட எம்.டி.க்கு வந்த ஈரல் நோயும் முக்கியக் காரணம். நோய்கள் தவிர ஆராதகர்களின் அழைப்பை ஏற்றுப் போய்த் தாமதமாகத் திரும்பிவருவதை எதிர்த்து நாங்கள் சாப்பிடாமலிருந்ததும் குடிப்பழக்கம் குறையக் காரணமாக அமைந்தது.

ஒருநாள் வயலார் ராமவர்மாவும் ஈ.எம்.கோவூரும் டாட்டாவைப் பார்க்க வந்தார்கள். பொதுவாக அவர்கள் வந்தால் விதவிதமான பதார்த்தங்களுடன் வரவேற்பது வழக்கம். முந்தைய நாள் டாட்டாவுடன் ஏற்பட்ட பிணக்கால் அன்றைக்கு நான் வாசல் பக்கமே போகவில்லை.

‘எடியே... உன்னோட பிரியப்பட்ட ராமவர்மா வந்திருக்கிறான்’ என்று டாட்டாவின் அழைப்பு.

வயலார் ராமவர்மாவைப் பார்த்ததும் எனக்கு மனம் குழம்பியது. எல்லாருக்கும் விஷயம் புரிந்தது. வெகு நாட்களாக ஆட்களோடு போய்க் குடித்துவிட்டு தாமதமாக வீடு திரும்பியதற்கான என்னுடைய எதிர்ப்பு அது என்று புரிந்தது.

மெல்ல மெல்ல டாட்டா குடியை நிறுத்தினார். நாளடைவில் மதுவின் வாடையும் ருசியுமே டாட்டாவுக்குப் பிடிக்காமல் போனது. அதற்கு முன்பெல்லாம் சுய உணர்வு மங்கும்வரை குடிப்பார். அது ஒரு காலம்.

❍

மகள் இஸ்லாஹியா பள்ளியில் படித்துக்கொண்டிருக்கிறாள். அதற்குப் பணம் வேண்டும். அங்கே சேர்க்கவே டாட்டா மிகவும் சிரமப்பட்டார். புத்தகம், உடை எல்லாவற்றுக்கும் பணம் வேண்டாமா? ஒரு ஜோடி உடையை மட்டுமே தினமும் அணிந்துகொண்டு பள்ளிக்குப் போன அனுபவத்தை அவள் பின்னர் எழுதியிருக்கிறாள்.

புத்தகம் விற்றுத் தீராமல் எழுத்தாளனுக்குக் காசு கிடைக்காதே. இரண்டு ஏக்கர் பறம்பு இருக்கிறது. ஆனால் காசு

தரக் கூடிய ஏதாவது அந்த மண்ணில் வேண்டாமா? அப்படியான எதுவுமில்லை. இன்றைக்குப் பார்க்கிற இந்த மரங்களுக்காக நானும் டாட்டாவும் பெரும்பாடு பட்டிருக்கிறோம். உழைப்பும் பாதுகாப்புமான பெரிய போர்வைக்குள்ளேதான் எங்களைப் பத்திரப்படுத்திப் பேணினார்.

டி.சி. கிழக்கேமுறியை வற்புறுத்தித் திருமணம் செய்துகொள்ள வைத்தவர் டாட்டாதான். அன்று டாட்டா உட்பட நாலைந்து பேர் கல்யாணம் கட்டாமல் திரிந்துகொண்டிருந்தார்கள். ஊரிலேயே இருந்த ஒரு ஜார்ஜ். பிறகு டாட்டா. எல்லாரும் ஒரே காலத்தில் திருமணம் செய்துகொண்டார்கள். அவர்கள் எல்லாருக்கும் முதல் மகள் பிறந்தபோது ஒரே பெயரைத்தான் சூட்டினார்கள். தாரா. டாட்டாவின் மகள் பெயர் தாரா. டி.சி.யின் மகள் பெயர் தாரா. வர்க்கீஸ் குஞ்சுவின் மகள் பெயர் தாரா. ஜார்ஜின் மகள் பெயர் தாரா. அப்படியாக எல்லாருடைய மகள்களுக்கும் ஒரே பெயர் – தாரா. அப்படிப் பெயர் வைக்கக் காரணம் என்ன என்று எனக்குத் தெரியவில்லை. ஷாஹினாவுக்கு முதலில் வைத்த பெயர் தாரா என்பதுதான். பின்னர்தான் முஸ்லிம் பெயரை வைத்தோம்.

டாட்டாவின் புத்தகங்களை என்.பி.எஸ். அச்சடித்து விற்பனை செய்யாமலே கட்டிபோட்டு வைத்திருந்த காலம். பல புத்தகங்கள் அச்சில் இல்லாமல் ஆன பின்பும் புதிய பதிப்புகள் வெளியிடப்படவில்லை. இருப்பதையும் கட்டி அடுக்கிப் போட்டிருந்தார்கள். அந்த நிலையில் அங்கிருந்து எந்தப் பொருளாதார உதவியையும் எதிர்பார்க்க முடியாது. டி.சி. ஒரு நாள் டாட்டாவிடம் கேட்டார்: 'இனி இருக்கும் புத்தகங்களை நானே வெளியிடுகிறேன். பைசாவும் தருகிறேன். அச்சில் இல்லாத புத்தகங்கள் உட்பட. என்ன சொல்கிறீர்கள்?'

டாட்டாவுக்கு முதலில் அது ஏற்புடையதாக இல்லை. ஏனென்றால் அது என்.பி.எஸ்ஸுக்குச் செய்யும் துரோகம், பாதகம் என்று நினைத்தார். ஆனால் வாழ்க்கையில் காலுன்றி நிற்க வேறு வழியுமிருக்கவில்லை. ஆனால் என்.பி.எஸ். டாட்டாவைத் திரும்பிக்கூடப் பார்க்கவில்லை. பகைகொண்டவர்கள் போல நடந்துகொண்டார்கள். டாட்டாவுக்கு எழுத்தே வாழ்க்கைமுறை. பல வேலைகள் செய்து வாழ்ந்த காலம் கடந்து போயாயிற்று. இனி பல வேடங்கள் சாத்தியமில்லை. எழுத்தாளரின் வேடம் மட்டுமே. கடைசியாக டாட்டா புத்தகம் வெளியிட டி.டி.க்கு அனுமதி கொடுத்தார். டி.சி. எல்லா புத்தகங்களையும் தேடிக்

கண்டுபிடித்து வெளியிட்டார். அப்படியாக டி.சி. எங்களுக்குப் பெரும் ஆதரவாக இருந்தார். டி.சி. கோழிக்கோட்டுக்கு வரும் போதெல்லாம் வீட்டுக்கு வருவார். ஆடை நீக்கிய தயிரும் சோறும் காய் வறுத்ததுமே அவருடைய உணவு. மீனோ இறைச்சியோ உண்ண மாட்டார். டாட்டாவுக்கு எல்லாமுமாக இருந்தார் டி.சி. தனது அந்தரங்க ரகசியங்களைக் கூட டாட்டா, டி.சி.யிடம் பகிர்ந்து கொண்டிருக்கிறார்.

எம்.டி. எப்போதும் டாட்டாவை குரு என்றுதான் அழைப்பார். தாமோதரன் மாஷை டாட்டாவுக்கு அறிமுகப் படுத்தியதும் எம்.டி.தான். தாமோதரன் மாஷ் புனலூர் ராஜனை அறிமுகப்படுத்தினார். டாட்டாவுக்கு முடியாமலிருந்த சமயத்தில் டாக்டரிடம் அழைத்துச் சென்றதும் அவர்களெல்லாம்தான்.

டாட்டா இல்லாமல் அவருடைய நண்பர்களின் வருகை பழையதுபோல இருக்க முடியாதில்லையா? புனலூர் ராஜன் மகனின் திருமணம் முடிந்தது. அவன் மெடிக்கல் டிரஸ்ட் ஆஸ்பத்திரியில் டாக்டராக இருக்கிறான். எனக்கு ஆபரேஷன் செய்ததும் அவன்தான். பெயர் ஃபெரோஸ். நல்ல கைராசிக் காரப் பையன். தொட்டாலே நோய் தீர்ந்துவிடும். முதலில் திருவனந்தபுரம் ஆர்.சி.சி.யில் இருந்தான். பிறகு எர்ணாகுளம் மெடிக்கல் டிரஸ்ட்டுக்கு மாறி வந்தான். இங்கே அவன் விரும்புகிற சுதந்திரம் இருக்கிறது. எத்தனை மனிதர்களை அவன் கீறிப் பார்க்கிறான் தெரியுமா? அவன் தொட்டால் அதற்கு நிச்சயம் பலன் உண்டு. அதைப் போலவே நடத்தையிலும் நல்லவன். அகங்காரம் கொஞ்சம்கூடத் தீண்டவில்லை. டாட்டாவுக்கென்றே படைத்தவன் தயாரித்த காமிராதான் புனலூர் ராஜன். எத்தனையெத்தனை போட்டோக்கள் எடுத்திருக்கிறார்?

❍

கே.ஏ.கொடுங்ஙல்லூர் டாட்டாவின் முன்னால் உட்கார மாட்டார். அத்தனை மரியாதை. மனைவி குழந்தைகளை அழைத்துக்கொண்டு கொடுங்ஙல்லூர் வந்தால் பிறகு உற்சவம் போலத்தான். பகலுணவு முடிந்து எல்லாரும் சேர்ந்து கடற்கரைக்குப் போவோம். மாலைத் தேநீரும் இரவுணவும் முடித்துத்தான் அவர்களை அனுப்பி வைப்போம். அந்த அளவு பாசம். டாட்டாவுக்கு வாழ்க்கையில் நானாவிதத் துறையிலிருந் தவர்களும் நண்பர்களாக இருந்தார்கள். பிரபலமானவர்கள், அல்லாதவர்கள், ஜேப்படிக்காரர்கள், பைத்தியங்கள், கைரேகை ஜோசியர்கள் என்று சகலரும்.

அவர்களில் சங்கரன் என்ற மீன்பிடிப்பவர் பெரும்பான்மை யான சமயங்களில் டாட்டாவைப் பார்க்க வருவார். அவர்கள் நல்ல நண்பர்களாக இருந்தார்கள். டாட்டாவின் காலைத் தொட்டு வணங்க வேண்டும் என்றுதான் முதலில் வந்தார். பின்னர் அன்றாட விருந்தாளியாகிவிட்டார். சங்கரனைப் பார்க்க முடியாத நாட்களில் டாட்டாவே அவரைத் தேடிப் போவார். நல்ல மீன் கிடைத்தால் சங்கரன் கொண்டு வந்து கொடுப்பார். பைசா கொடுத்தாலும் வாங்க மாட்டார். அப்போது 'வாங்கிக்கோ சங்கரா, என் கையிலே இப்போ பைசா இருக்கு. பறம்பில நெறைய தேங்கா இருக்கு. புஸ்தகத்திலேருந்தும் நெறைய பைசா கெடைக்குது' என்பார் டாட்டா.

சங்கரன் என்று இன்னொரு டீக்கடைக்காரரும் இருந்தார். மகன் அனீஸ் ஸ்கூல் விட்டு வந்தால் டாட்டா அவனையும் அழைத்துக்கொண்டு நேராக சங்கரேட்டனின் கடைக்குத்தான் போவார். சங்கரேட்டன் இரண்டு பேருக்கும் ஆவி பறக்கும் குழாய்ப் புட்டும் பப்படமும் மிளகுக் காப்பியும் எடுத்து வைத்திருப்பார்.

டாட்டா நல்ல சாப்பாட்டுப் பிரியர். வயதான பின்பு மனிதர்களுக்கு செரிமானம் குறையுமில்லையா? அதனால் உணவும் குறைந்தது. உணவு கொஞ்சம் போதும். ஆனால் ருசியான உணவாக இருந்துவிட்டால் டாட்டா எந்த நேரமானாலும் வயிறு நிறைய உண்பார். அதிகாலை எழுந்து குளித்து முடித்து, கட்டஞ்சாயாவைக் குடித்ததும் வெளிநடப்பு செய்வார். அவர் ரோட்டில் இறங்கும் நேரத்துக்காகக் குஞ்ஞிக்கோயா தங்ஙள் காத்திருப்பார். வெவ்வேறு திசைகளிலிருந்து ஒ.கே. முஹம்மது குட்டி, அஸிஸ்டெண்ட் சூப்பரின்டென்ட் உம்மர், கபூர் மாஷ் போன்றவர்களும் உரையாடவும் நடைப்பயிற்சியின்போது விசேஷங்களைத் தெரிந்துகொள்வதற்கும் காத்து நிற்பார்கள். இதில் ஒரு மார்கோஸுூம் இருந்தார். டாட்டாவுக்கு நோய் தீவிரமான போது அவருக்குத் தேவையானவற்றைச் செய்து கொடுத்தவர் மார்க்கோஸ்தான். கூட்டம் சேர்ந்து மது அருந்துவதையும் நேரம்கழித்து வீடு திரும்புவதையும் காரணமாக வைத்து நான் சில நாட்கள் விலகியிருந்த சமயம் அது. டாட்டாவுக்கு கண்ணில் மருந்து தீட்ட வேண்டும், மூக்கு வழியாக நஸ்யம் செய்ய வேண்டும். குடிக்கக் கஷாயம் தயாரித்தும் தலைக்குக் குழம்புத் தளம் வைத்தும் என் உடம்பே ஓய்ந்து போயிருந்தது. கண்ணில் மருந்தைத் தேய்த்தால் கண் வீங்கிவிடும். வல்லப்புழை வைத்தியர் கொடுத்த மருந்து அது. பலா இலையில் ஒரு தொன்னை செய்வோம். அதை மூக்கில் சொருகி வைத்து 'ப்பூ' என்று

வலுவாக ஊதிவிட வேண்டும். அது மூளைக்குப் போகும். அப்போது தலையிலிருந்து நீரும் கபமும் எல்லாம் சேர்ந்து வெளியே வரும். என்னைப் போன்ற ஆட்கள் ஊதினால் மூன்று நாட்களுக்கு எங்களுக்கு ஜீவனே இருக்காது.

என்னுடைய இக்கட்டைப் பார்த்துவிட்டு டாட்டாதான் சொன்னார்: 'எடியே. . . நீ அந்த மார்க்கோஸை வரச் சொல்லு. ஊதிஊதி ஒஞ்சுட்டேன்னு சொல்லு.'

சொன்னதுபோலவே மார்க்கோஸ் வந்து நஸ்யம் செய்யத் தொடங்கினார். மூன்று மாதம். மாலை ஐந்து மணி ஆனதும் இவர்கள் எல்லாரும் எங்கள் வீட்டு முற்றத்துக்கு வந்து சேர்வார்கள். பிறகு சீட்டாட்டம்தான் முக்கிய கேளிக்கை. வாசுதேவன் மாஷ், உம்மர், சரத்சந்திரன் டாக்டர், தங்ஙள், கபூர், திருவனந்தபுரத்துக்காரரான சுரேந்திரன் இவர்களெல்லாம் இருப்பார்கள்.

கடைசிக் காலத்தில் டாட்டா சுகவீனமாகக் கிடந்தபோது ஒரு நாள் டாட்டாவிடம் வாசு மாஸ்டர் 'சாரே, சீட்டாடலாம் சாரே' என்றார்.

'மாஷே, நீங்கெல்லாம் வெளையாடுங்க, நான் பார்க்கிறேன்' என்று பதில் சொன்னார் டாட்டா. ஆனால் எல்லாரும் இருந்தும் டாட்டா இல்லாமற் போய்விட்டார். அவரில்லாமல் அவர்களுக்கும் சீட்டாட்டத்தில் மனமில்லாமல் போய்விட்டது.

❍

வைக்கத்திலிருந்து என் தம்பி ஹனீபா முன்பு வந்திருந்தபோது கொஞ்சம் மரச்சீனிக் கம்புகளைக் கொண்டு வந்திருந்தான். அதைச் சிறு துண்டுகளாக்கினோம். தரிசாகக் கிடந்த மண்ணையெல்லாம் ஒன்று சேர்த்து அதில் கப்பைத் தண்டுகளை நட்டு தண்ணீர் விட்டோம். நன்றாகத் தழைத்து வளர்ந்தன. கூடவே நல்ல நாட்டுப் பயிறும் வளர்ந்திருந்தது.

ஒரு கப்பையின் அடிவேரைப் பிடுங்கிப் பார்த்தால் ஏராளமான கிழங்குகள் இருக்கும். அதை வெட்டித் தோல் சீவி அவிப்பேன். மிளகாய்ச் சட்டினியும் சேர்த்து வீட்டுக்கு வருபவர்களுக்குக் கொடுப்பேன். ஒவ்வொரு வாரமும் இதுதான் முக்கியமான வேலை.

கிழங்கு வெந்த நீரை வீணாக்காமல் அதிலேயே தேங்காய்ப் பாலைக் கலந்து பச்சை மிளகாயையும் இஞ்சியையும் அரிந்து போட்டு தேங்காய் எண்ணெய் விடுவேன். ஒரு பிரத்தியேகமான ஸ்டூ. அதைச் சாப்பிட்டவர்கள் அவர்கள் வீட்டுக்குப் போய்

'பஷீர்க்காவின் வீட்டில் ஒரு கிழங்குக் கறி சாப்பிட்டோம். என்ன ருசி' என்பது வழக்கம்.

பறம்பில் குறு விவசாயம் தொடங்கிய பிறகு புற்களும் அடர்ந்து வளர்ந்தன. புல்லைச் செதுக்கிப்போட ஒருவர் வருவார். ஒருநாள் பறம்பில் விளையாட வந்த குழந்தைகள் புற்களுக்கிடையில் ஒளித்து வைத்திருந்த ஐந்து தேங்காய்களைக் கண்டுபிடித்தார்கள். அதற்குப் பிறகு பறம்பில் புல் அறுக்க யாரையும் அனுமதிக்கவில்லை.

அதற்குப் பதிலாகத்தான் பசு மாட்டை வாங்கினோம். இந்த விஷயத்தைச் சொன்னதும் ஒரு புரோக்கர்தான் மாட்டைக் காண்பித்தார். மாட்டுச் சொந்தக்காரர் 200 ரூபாய் விலை சொன்னார். புரோக்கர் 150 ரூபாய்க்குப் பேரம் பேசினார். பேசிப்பேசி 162 ரூபாய்க்கு விலை படிந்தது. காசைக் கையோடு கொடுத்துவிட்டு மாட்டைக் கொண்டு வரும் ஆயத்தங்களுடன் டாட்டா போனார். மாட்டை அவிழ்த்துக்கொண்டு டாட்டா, புரோக்கரும் மாட்டுச் சொந்தக்காரருமாக வீடு திரும்பினார்.

வந்த உடன் டாட்டா, மாட்டை விற்றவரிடம் விசாரிக்க ஆரம்பித்தார். உங்கள் பெயர் என்ன, எந்த ஊர், தறவாட்டின் பெயர் என்ன, விலாசம் என்ன என்று பலவிதமான கேள்விகள். ஒரு காகிதத்தை எடுத்து எல்லாவற்றையும் எழுதினார். ' இன்ன பெயருள்ளவரிடமிருந்து ஃபாபி பஷீராகிய நான் ஒரு பசு மாட்டை இத்தனை ரூபாய்க்கு வாங்கியிருக்கிறேன்.' எழுதி எங்கள் இருவரிடமும் கையெழுத்தும் வாங்கிக் கொண்டார்.

'இப்படி ஒரு சம்பவம் உலகத்தில் எங்காவது உண்டா? மாடு வாங்கியதற்கெல்லாம் அக்ரிமெண்டா? இதென்ன வழக்கம்?' என்று டாட்டாவைக் கேட்டேன்.

'எடியே. . . அந்த ஆளு தன்னோட மாட்டைக் காணோம்; யாரோ திருடீட்டாங்கன்னு கேசு குடுத்தா நாம் என்ன செய்ய முடியும்? அதுக்கான முன்னேற்பாடாக்கும் இது.'

ஒரு பசு பின்பு நாலும் ஐந்தும் பசுக்களாயின. பால் கறக்க ஆள் வைத்தோம். பக்கத்தில் இருப்பவர்கள் எல்லாரும் இங்கே யிருந்துதான் பால் வாங்கினார்கள். அதில் நானும் கணிசமான தொகையைச் சம்பாதித்தேன்.

❍

என்.பி.முகம்மது, எம்.டி. ஆகியோரிடம் டாட்டாவுக்கு பெரும் அன்பு; நட்பு. என்.பி.யின் மகன் ஹாபிஸ் முகம்மது படித்துக்கொண்டிருந்த நாட்களில் இங்கே வந்து பேசிக்

கொண்டிருப்பான். வடசேரி ஹசனின் அன்பைப் பற்றிய கதைகள் சொல்லித் தீராது. நன்றாகக் குடிப்பார். ஆனாலும் இங்கே வந்தால் ஒரு தொந்தரவும் செய்ய மாட்டார். அல்லாஹு வுக்குப் பிறகு வடசேரி ஹசனுக்கு வைக்கம் முகம்மது பஷீர் தான் கடவுள். வடசேரி ஹசன் வந்துவிட்டாரென்றால் டாட்டா வுக்கும் நல்ல 'மூடு' வந்துவிடும். சிநேகத்தின் க்ளூக்கோஸ் குப்பி வடசேரி ஹசன். டாட்டாவின் நண்பர் வட்டத்தில் பலதரப் பட்டவர்கள் உண்டு. அது ஒரு ஆச்சரியம். அதன் ரகசியம் யாருக்கும் பிடிபடாதது. எத்தனையோ ஆட்கள். அறிவுஜீவிகள், பிசினஸ்காரர்கள், சாதாரணமானவர்கள், ஜேப்படிக்காரர்கள், மந்திரவாதிகள், மாஜிக்காரர்கள் என்று விதவிதமானவர்கள். எல்லாரிடமும் நல்லதையே பார்த்ததுதான் டாட்டாவுக்கு இவ்வளவு நண்பர்கள் வாய்க்கக் காரணம். ஆர்.கே.மலையத்தும் ஹுடினோவும் டாட்டாவின் நண்பர்கள். பரஸ்பரம் மாஜிக் செய்து காண்பித்து மகிழ்ந்தார்கள். ஹுடினோ, சங்கிலியில் தன்னைத்தானே பிணைத்துக்கொள்ளும் மாஜிக்கைச் செய்வார். டாட்டாதான் சங்கிலியைப் பூட்டுவார். ஐம்பது பூட்டுகளால் பூட்டப்பட்டு கோழிக்கோடு ரயில் நிலையத்தின் இரண்டாவது கேட் ரயில் பாதையில் மந்திரவாதி நிற்கிறார்.

ரயில் அருகில் நெருங்கியதும் சங்கிலியை உடைத்துத் தப்புகிறார்.

ஹுடினோ சங்கிலி பூட்டிக்கொண்டு நிற்கிறார்.

பெரும் கூட்டம்.

நானும் இருக்கிறேன்.

ரயிலின் ஓசை.

நான் உணர்விழந்து விழுந்தேன். உணர்வு வந்து எழுந்தபோது அருகில் ஹுடினோ.

'உம்மச்சி, பயந்துட்டீங்களோ?' என்று கேட்கிறார். டாட்டா பெரிய மாஜிக் காரனைப்போலச் சிரிக்கிறார்.

டாட்டாவைச் சார்ந்து நின்று பெரிய ஆட்களான சிலர் பின்னர் அவரைத் துன்புறுத்தியிருக்கிறார்கள். அதைப் பற்றி நான் சொல்ல விரும்பவில்லை. நல்லதை மட்டும் நினைப்போமே. எம். கிருஷ்ணன் நாயர் முதலில் டாட்டாவைக் 'கொன்றார்'. பிறகு உயிர்ப்பித்தார். பின்பு அவரே டாட்டாவைப் பார்க்க வந்திருந்தார். டாட்டா அவரை ஆசீர்வதிக்கவே செய்தார். அப்போது அவருடன் அக்பர் கக்கட்டிலும் வந்திருந்தார்.

வெட்டிக்காட்டில் ஒரு இடத்துக்கு நாங்கள் போய்க் கொண்டிருந்தோம். என் இடுப்பில் ஷாஹினா. ஒரு நதியைத் தாண்டிப் போக வேண்டும். பாலம் கிடையாது.

சங்ஙாடத்தில் பஸ்ஸை ஏற்றிக் கரையில் கொண்டு போய் விடுவார்கள். பஸ் சங்ஙாடத்தில் ஏறியது. நல்ல மழை. நதி கலங்கிப் புரள்கிறது. நானும் மகளும் மட்டும் சங்ஙாடத்தில் ஏற்றிய பஸ்ஸுக்குள் உட்கார்ந்து இருந்தோம். டாட்டா கரையில் நின்றிருந்தார். சிறிது நேரத்துக்குப் பின்பு டாட்டா வந்து 'எறங்கு' என்றார்.

எனக்குக் கொஞ்சம் கோபம் மூண்டது. சங்ஙாடம் புறப்படப் போகிற வேலையில் மூப்பரின் அழைப்பு.

மனசில்லா மனசோடு நான் சங்ஙாடத்தை விட்டு இறங்கி னேன். முகம் கறுக்க டாட்டாவைப் பார்த்தேன். கொஞ்சம் கழித்து சங்ஙாடம் புறப்பட்டது. பார்த்துக்கொண்டிருக்கும்போதே சங்ஙாடம் வெள்ளத்தில் கவிழ்வதைக் கண்டேன். நான் பரிதாபமாக டாட்டாவைப் பார்த்தேன். அழுகையாக வந்தது. டாட்டாவோ எதுவுமே நடக்காததுபோல கவிழ்ந்து கொண்டிருக்கும் சங்ஙாடத்தைப் பார்த்துக்கொண்டிருந்தார். அப்போது செயல்பட்டது டாட்டாவின் ஆறாவது புலனா?

நீங்காத நினைவு அது.

○

அடூர் கோபாலகிருஷ்ணன் மேல் டாட்டாவுக்கு அளப்பரிய மரியாதை. 'அடூர் ஒரு ஜீனியஸ். களங்கமில்லாத மனுஷன்' என்பார். உள்ளதை உள்ளபடிச் சொல்லுகிற மனிதர் அடூர். 'மதில்கள்' சினிமாவாக ஆனபோது டாட்டா மகிழ்ச்சியடைந்தார். மம்மூட்டி கதாநாயகன் ஆனதுதான் அவருக்குப் பெரும் மகிழ்ச்சி. 'சின்ன வயசில் நான் மம்மூட்டி மாதிரித்தான் இருந்தேன்' என்பார்.

'டுங்கு. . . டுங்கு. . . மம்மூட்டி மாதிரியாம்' என்று கேலி செய்வேன்.

'யேன் நான் அழகனில்லையா?'

'மம்மூட்டியை விட நீங்க அழகன்தான். ஆனா. . . இந்த வழுக்கைதான். . .' என்று சமாதானப்படுத்துவேன்.

சத்யனும் பிரேம் நசீரும் டாட்டாவுக்குப் பிடித்தமானவர்களாக இருந்தார்கள். சினிமாக்காரர்களைப் பார்த்தால் கூட டாட்டா அண்டகடாட்சங்களைப் பற்றித்தான் பேசுவார்.

◯

கமலா சுரய்யாவும் டாட்டாவும் அண்ணன் தங்கைகளைப் போல. வி.எம்.நாயர், பாலாமணியம்மா காலத்திலிருந்தே வரும் பிரியம். சுரய்யா என்றும் ஆராதனையுடனேதான் டாட்டாவைக் கண்டார்.

பிற்காலத்தில் மதம் மாறியபோது 'என்னோடவே தங்கியிருந்து எனக்கு நிஸ்காரம் கத்துக் குடுப்பீங்களா, ஃபாபி?' என்று சுரய்யா கேட்டார். அவர் மதத்தைவிட்டு விலகிப் போவாரோ என்ற பயம் எனக்கு இருந்தது. ஆனால் அவர் கடைசிவரைக்கும் முஸ்லிமாகவே வாழ்ந்தார். அவர் முகத்தில் நல்ல ஈமான் இருந்தது.

சுரய்யா காலமானபோது நான் அவருக்காக யாசின் ஓதி துஆ கேட்டேன். அப்போது என்னால் அழுகையை அடக்க முடியவில்லை.

மலையாளப் பெண் எழுத்தாளர் ஒருவர் சுரய்யாவைச் சந்தித்துக் குத்தல் பேச்சுகளால் நோகடித்திருந்தார். சுரய்யாவின் காதலன் யார் என்பது அவருக்குத் தெரிய வேண்டும்.

'என்னோட இறைச்சியைத் தின்னவா அவ வந்தா?' என்று என்னிடம் சுரய்யா தொலைபேசியில் அழுதார். நான் ஆறுதல் சொன்னேன்.

'அல்லாஹுவே என் காதலன். சொன்னால் யாருக்கும் புரியாது' என்றார் சுரய்யா.

◯

மனிதர்களோடு மட்டுமல்ல; எல்லா ஜீவ ஜாலங்களோடும் டாட்டாவுக்கு ஆழ்ந்த கருணை இருந்தது. ரம்ஜான் காலத்தில் நோம்பு திறக்கும் வேளையில் வீட்டில் தயாரிக்கும் பலகாரங்களை ஒரு பாத்திரத்தில் எடுத்துப் போட்டுக்கொண்டு பறம்பில் வைப்பார்; பறம்பிலிருக்கும் காக்கையும் குள்ளநரியும் கீரியும் சாப்பிடுவதற்காகவாம். பாஸ்கரன் நாயர் வீட்டுக்குப் போயிருந்தபோது அங்கே ஒரு சொறிபிடித்த நாய் இருந்தது. எங்கிருந்தோ வந்த ஒன்று. சாம்பலில் புரண்டு கறுப்பேறி இருந்தது. கூடவே சொறியும் ரத்தமும். டாட்டா அந்த நாயைக்

குளிப்பாட்டிக் காயங்களுக்கு மருந்து போட்டுக் கட்டினார். இரண்டு மூன்று நாட்களில் அது சாதுவான வளர்ப்புப் பிராணியாக மாறியது. தேநீர் அருந்தினால் கிளாஸை எப்போதும் தலைகீழாகக் கவிழ்த்தே வைப்பார். மிச்சத் தேநீரில் எறும்பு விழுந்து சாகாமலிருக்க. டாட்டா அப்படித்தான். மனிதர்களைப் போலவே சகல ஜீவராசிகளுக்கும் ஆன்மா உண்டு என்று நம்பியவர். சடங்குகள் எதிலும் டாட்டாவுக்கு நம்பிக்கை இருந்த தில்லை. ஆனால் கடவுளை நம்பினார்.

○

1994 ஜூலை 5 ஆம் தேதி டாட்டா எங்களை விட்டுப் பிரிந்தார். அந்தப் பிரிவின் வேதனை எங்களுக்கு மட்டுமானதல்ல. அவரை நேசித்த எல்லாரும் அன்று அழுதார்கள். ஓர் எழுத்தாளனுக்காக எத்தனை பேர் அழுகிறார்கள் என்பதை யோசித்தபோது, ஆத்மசகியான எனக்கு, டாட்டாவுடன் வாழ்ந்தபோது இருந்ததைவிடப் பெருமிதம் தோன்றியது.

வாழ்ந்தபோது ஏற்பட்டது போலவே டாட்டா இறந்த சமயத்திலும் சர்ச்சை எழுந்தது. டாட்டாவின் மய்யத்தை மாங்கோஸ்டின் மரத்தடியில் அடக்கம் செய்யவேண்டும் என்று சிலர் வாதிட்டார்கள். தான் இறந்துவிட்டால் மாங்கோஸ்டின் மரத்தடியிலேயே கபறடக்க வேண்டும் என்று டாட்டா விரும்பிய தாகப் பலரும் சொன்னார்கள். அதன் பின்னணிக் கதை இது தான்.

பேப்பூர் மனையைச் சேர்ந்த தம்பிரானும் சுற்றமும் சில ஆண்டுகளுக்கு முன்பு டாட்டாவைப் பார்க்க வந்திருந்தார்கள். தம்பிரானை காங்கிரஸ் தம்புரான் என்றுதான்அழைப்பார்கள். மனையிலிருக்கும் குளத்தைச் சுத்தப்படுத்த நிதி திரட்டும் நோக்கத்தில்தான் அவர்கள் வந்திருந்தார்கள். அதற்கிடையே, கண்ணூரில் ஏதோ ஒரு பள்ளிவாசலில் ஒரு முதரிஸ் குத்திக் கொல்லப்பட்டதும் பள்ளிவாசல் ஹௌளலில் சிலர் மலத்தைக் கலந்ததும் அவர்கள் பேச்சில் அடிபட்டன. பேப்பூர் மனைத் தம்பிரான், ஹௌளலில் இருக்கும் தண்ணீரையும் தீர்த்தமாகத்தான் நினைத்திருந்தார். அந்த நீரை அசுத்தப்படுத்தியது முறையல்ல என்று தம்பிரான் சொன்னார்.

‘தம்புரானே, என்னோட சமூகத்திலும் இந்த மாதிரி ஆட்கள் பிறந்து தொலைச்சிருக்காங்களேங்கிறதுதான் என்னோட வருத்தம். நல்ல சமுதாயம். ஆனா அதைச் சேர்ந்த ஆளுங்க செய்யறதைப் பார்த்தா வருத்தமா இருக்கு’ என்றார் டாட்டா.

இந்தச் சம்பவம் நடந்து ஒரு சில நாட்களுக்குப் பிறகு ஃபெரோக்கில் ஒரு இஸ்லாமிய மாநாடு நடந்தது. கடல்போல ஆட்கள் திரண்டிருந்தார்கள். டாட்டாதான் சிறப்பு விருந்தினர். டாட்டா சொற்பொழிவாற்றினார்: 'காக்காமாரே, முதரீஸைக் குத்திக் கொன்றதும் ஹௌலில் மலத்தைக் கலந்ததும் சரியானது தானா? கண்ணூரில் ஒரு பள்ளிவாசலில் இப்படி நடந்திருக்கிறது. அதனால் நான் ஒரு காரியம் செய்யப் போகிறேன். என் பெயரை 'பேனாதரன்' என்று மாற்றிக்கொள்ளப் போகிறேன். ஃபாபியின் பெயரையும் பாப்பி என்று மாற்றப் போகிறேன்.'

டாட்டாவின் இந்தப் பேச்சு பரபரப்பை ஏற்படுத்தியது. அன்று நானும் டாட்டாவுடன் போயிருந்தேன். இது பெரிய விவகாரம் ஆகும் என்று பட்டது. 'இனிமேல் மதக் காரியங்களுக்கு நம்ம வீட்டுக்குக் காஜியார் வரமாட்டாரு. ஊர் விலக்கம் கூடச் செய்வாங்க' என்று டாட்டாவின் காதில் சொன்னேன்.

பயந்ததுபோலவே நடந்தது. சில நாட்கள் கழிந்த பின்பு பேப்பூர் பள்ளிவாசலிலிருந்து டாட்டா செய்த சொற்பொழிவுக்கு விளக்கம் கேட்டு ஒரு கடிதம் பதிவுத் தபாலில் வந்தது.

'பெயரைப் பேனாதரன் என்று மாற்றிக்கொண்டீர்களா?

மனைவியின் பெயரை பாப்பி என்று மாற்றியாகி விட்டதா?

இந்தச் சமுதாயத்தில் பிறந்ததற்காக நீங்கள் வெட்கப் படுகிறீர்களா?'

கடிதத்தில் இதுபோன்ற ஏராளமான கேள்விகள் கேட்கப் பட்டிருந்தன.

'எடியே. . .' என்று அழைத்துக் கடிதத்தை என்னிடம் கொடுத்தார். இரண்டு மூன்று நாட்கள் கழித்துப் பள்ளிவாசல் கத்தீபுக்குப் பதில் அனுப்பினார். அதில் எல்லாவற்றையும் விளக்கமாக எழுதினார். இந்த நிகழ்ச்சிக்குப் பின்னர் வீட்டுக்கு வருபவர்களிடம் சொல்லிக்கொண்டிருப்பார். 'பள்ளிவாசல்லே கபரடக்க விடலேன்னா இந்த மாங்கோஸ்டின் மரத்தடியிலேயே அடக்கம் பண்ணணும்னு ஃபாபிகிட்டே சொல்லியிருக்கேன்.'

டாட்டா இறந்ததும் எல்லாரும் இந்த விஷயத்தைத் தோண்டி எடுத்தார்கள். ஆனால் காலம் மாறியிருந்தது. டாட்டாவின் மய்யத்தை அடக்கம் செய்ய மஹூதிக்காரர்களுக்கு எந்த எதிர்ப்பும் இருக்கவில்லை. சாதாரண மக்களுக்கிடையில் டாட்டாவைக் கபறடக்கினால் போதும் என்று மகன் அனீஸ் சொல்லிவிட்டான்.

டாட்டா சாதாரணமானவர்கள் இடையிலேதானே என்றும் வாழ்ந்தார்.

○

டாட்டா,

நான் எல்லாவற்றையும் நினைத்துப் பார்க்கிறேன். நினைவு கூர்ந்து சொல்லிக் கொண்டிருக்கிறேன்.இப்போது டாட்டாவின் ‘எடி’யால் முடியவில்லை. இருந்தாலும் எல்லாவற்றையும் நினைவுகூர்கிறேன். டாட்டா, உங்களுக்கு நிழல் கொடுத்த மாங்கோஸ்டின் மரம், கண்ணாடி, புத்தகங்கள், நரியை விரட்ட வீசி எறிந்த தாமிரப் பட்டயம்,... எல்லாமும் இப்போதும் இருக்கின்றன. இப்போதும் ஏராளமானவர்கள் உங்களைப் பார்க்க இந்த வீட்டுக்கு வருகிறார்கள். மகளும் மகனும் அவர்களின் உம்மச்சியான நானும் பேரக் குழந்தைகளும் நானாவித மரங்களும் கொடிகளும் ஊரும் ஜந்துகளும் எல்லாரும் இந்த வீட்டுக்குள்ளும் பறம்பிலுமாக வாழ்வைத் தொடர்கிறோம்.

○

டாட்டா, உங்களை நினைக்காத நாளில்லை. டாட்டா, நீங்கள் சொல்வீர்களே, நினைவுகள்தாம் வாழ்க்கை என்று.

○○○

பிற்சேர்க்கைகள்

பிற்சேர்க்கை – 1

அமைதியின்மை நிறைந்த அழகான உலகம்

அம்மமாரே, இனிமேல் அம்மமாராகப் போகும் சின்ன அம்மமாரே, நமஸ்காரம். தாய்மார்களின் காலடியில்தான் சொர்க்கம் இருக்கிறது என்று பெண்மணிகளான நீங்கள் எல்லாரும் பெருமிதம் கொண்டு சகல பிரபஞ்சங்களையும் படைத்த இறைவனுக்கு வாழ்த்து சொல்வீர்களாக. இதை உங்களிடையே எடுத்துச் சொல்லும்படி என் கணவர் என்னிடம் சொல்லி அனுப்பினார். அவருக்கு உடல் நலமில்லை. கடுமையான மூச்சுத் திணறல். நாலடி நடந்தாலே மூச்சு நின்றுபோகும். தவிர அவருடைய கண்களிலும் கோளாறுகள் அதிகமாகி வருகின்றன. கண்களில் புரை விழுந்திருக்கிறது. பார்வை மங்கி வருகிறது. தொடுவானம் சுருங்கிச் சுருங்கி வருகிறது. பார்வை முற்றிலும் இல்லாமல் போகலாம்.

ஆதியான அந்தகாரத்தில் நானும் என் பிரபஞ்சங்களும் மூழ்கி முடிவற்று மறையப் போகிறோம். இறைவனுக்குத் துதி. இப்படியெல்லாம் சொல்லிச் சிரித்துக்கொண்டு என் கணவர் மரத்தடியில் உட்கார்ந்திருக்கிறார். அழகிய இந்த உலகத்தின் காட்சிகளை அற்ப சொற்பமாகப் பார்த்தாகிவிட்டது. ஆபரேஷன் நடத்திக் கண்களைச் சரியாக்க வேண்டாம். இதுவே போதும். அநாதியான இருள். இருள் பரவட்டும். ஸ்டீரியோ சங்கீதம் கேட்டுக்கொண்டு மரத்தடியில் உட்கார்ந்திருக்கிறார். எங்கள் பறம்பில்தான். பறம்பில் ஏராளமான மரங்கள் இருக்கின்றன. மிகப் பெரிய பறம்பு. ஒரு

வனம்போலவே இருக்கும். நிறைய பறவைகளும் இருக்கின்றன. பெரும்பாலான சமயங்களில் இவற்றையெல்லாம் பார்க்க முடியும். இரவிலும் பகலிலும் நரிகளையும் அடிக்கடி நாகப் பாம்புகளையும் சாரைப் பாம்புகளையும் பார்க்கலாம். குள்ள நரிகளும் பாம்புகளும் எங்களுடைய வெள்ளை லெக்கான் கோழிகளில் ஏராளமானவற்றைக் கொன்று தின்றிருக்கின்றன. குள்ள நரிகள் கோழிகளைப் பிடித்துக் கொண்டுபோய்த் தின்னும். நாகங்கள் கோழிக் கூண்டில் நுழைந்து கோழிகளைச் சும்மா கொத்திக் கொல்லும். இதெல்லாம் சிருஷ்டியின் ஆதியும் திவ்வியமுமான முகூர்த்தத்தில் தெய்வம் தம்புரான் சிருஷ்டிக்கப்பட்டவற்றிடம் அறிவுறுத்திய நியதி என்று என் கணவர் சொல்லுகிறார். ஒவ்வொன்றும் அதனதன் தர்மத்தைக் கடைப்பிடிக்கின்றன. இது என் பெண் புத்தியில் நுழைவதில்லை. தீனியும் தண்ணீரும் கொடுத்துக் கோழிகளைச் செல்லம் கொஞ்சி வளர்ப்பது நான். ஆனால் கணவருக்கு முட்டைகளைப் புழுங்கிக் கொடுக்கிறேன். ஆம்லெட்டுகளாகவும் கொடுப்பதுண்டு. அதற்கெல்லாம் காசு வாங்குவது இல்லை. ஃப்ரீ. ஆனால் தங்களுடைய சுதர்மத்தை நிறைவேற்றுவதற்காகக் குள்ள நரிகளும் பாம்புகளும் கொல்லும் கோழிகளுக்கு, கோழி ஒன்றுக்கு முப்பதைந்து ரூபாய் என்று கணக்குச் சொல்லி என் கணவரிடமிருந்து ரூபாயை வாங்கி விடுகிறேன். வைக்கம் முகம்மது பஷீர் என்பது என் கணவரின் பெயர். என் பெயர் ஃபாபி பஷீர். சில நாட்களுக்கு முந்தி ஒரு பெரிய கூட்டத்தில் தன் பெயரை வைக்கம் பேனாதரன் என்று மாற்றிக்கொள்ளப் போவதாக என் கணவர் சொல்லக் கேட்டு நான் நடுங்கிப் போனேன். என் பெயரையும் பாப்பி பேனாதரன் என்று மாற்றப் போவதாகவும் சொன்னார். வெள்ளை லெக்கான் கோழிகளுக்கு இப்போதைய மார்க்கெட் விலை முப்பத்தைந்து ரூபாய். அதற்குக் கொஞ்சமும் குறையாது. நரிகளும் பாம்புகளும் அதனதன் சுயதர்மத்தை நிறைவேற்றிக்கொள்வதில் எனக்கு எந்த எதிர்ப்பும் கிடையாது. மார்க்கெட் ரேட்டுக்கு ஏற்ற காசு எனக்குக் கிடைக்க வேண்டும். என் கணவர் பெயர் வைக்கம் முகம்மது பஷீர் என்று சொன்னேன் இல்லையா? யட்சிகள், கந்தர்வர்கள், ஜின்கள், இஃப்ரீத்துகள், அப்புறம் ஆர்டினரி கொள்ளிவாய்ப் பிசாசுகள் இவையெல்லாம் எங்கள் பறம்பில் இருப்பதாக என் கணவர் சொல்கிறார்.

அவருக்கு பீடியைக் கொளுத்தவும் சிகரெட் பற்றவைக்கவும் இந்தப் பிசாசுகள் தாம் நெருப்பு சப்ளை செய்கின்றனவாம். பிசாசுக் குட்டிகளிடம் ‘பாபோ’ என்று சொல்லுவார். அவை வாயப் பிளக்கும். தீச்சுவாலை வெளியே வரும். என் கணவர்

சிகரெட் பற்றவைத்துப் புகை விடுவார். உண்மையைச் சொல்கிறேனே, பிசாசுகளையோ யட்சிகளையோ ஜின்களையோ நான் இதுவரைக்கும் பார்த்தது இல்லை. கொஞ்சமாவது கிறுக்கு இருந்தால்தான் பார்க்கக் கிடைக்கும் என்று என் கணவர் பத்மஸ்ரீ வைக்கம் முகம்மது பஷீர் சொல்கிறார். கோழிக்கோடு பல்கலைக்கழகம் டி.லிட். விருது கொடுத்து என் கணவரை டாக்டராக்க இருப்பதாகக் கேள்விப்பட்டேன். பத்மஸ்ரீ டாக்டர் வைக்கம் முகம்மது பஷீர். சந்தோஷம். என் கணவருக்கு ஏராளமான பொன்னாடைகளும் தங்க மெடல்களும் தாமிரப் பட்டயங்களும் கிடைத்திருக்கின்றன. பொன்னாடைகளை நானும் மகளும் புடைவைகளாக்கிவிட்டோம். மெடல்கள் எங்கள் கழுத்துகளில் பதக்கங்களாகி இருக்கின்றன. சௌமினி, கல்யாணிக்குட்டி, ஆயிஷா ஆகியோர் திருமணங்களுக்குப் போக இதையெல்லாம் இரவல் வாங்கிப் போவார்கள். ஃபெல்லோவாக்கும். மத்திய, மாநில அரசுகளின் ஃபெல்லோ. கே.கே. ஸ்ரீதேவிக்கும் ஃபெல்லோஷிப் கிடைத்திருப்பதாகத் தெரிய வந்ததனால்தான் இந்தப் பெருமைகளைச் சொல்ல நேர்ந்தது. எங்களுடைய ஃபெல்லோஷிப்புக்குக் காசு கிடையாது. மேதை என்று வார்த்தை. செப்புப் பட்டயம், தங்க மெடல்கள். என் கணவருக்குக் குரு, உஸ்தாத், பேப்பூர் சுல்தான், ரிஷி, மரத்தடிச் சித்தர் இப்படிப் பல பெயர்கள் இருக்கின்றன. என்னையும் சிலர் குருஜி என்றும், குரு பத்தினி என்றும் அழைப்பதுண்டு. எனக்கு முழுக் கிறுக்கு இல்லையென்றாலும் குரு பத்தினி என்று கேட்கும்போது மகிழ்ச்சி ஏற்படத்தான் செய்கிறது. நான் இதுவரைக்கும் பிசாசுகளையோ ஜின்களையோ பார்த்ததில்லை. என் கணவர் எப்போதும் மரத்தடியில் உட்கார்ந்து சங்கீதத்தில் மூழ்கியிருப்பார். நாகங்கள், குள்ளநரிகள், பிசாசுகள், யட்சிகள், கந்தர்வர்கள், ஜின்கள் – தனிமை – பாட்டுகள்.

ஸ்டீரியோ ரெக்கார்ட் பிளேயரிலிருந்து பாட்டுகள் வருமென்று சொன்னேன், இல்லையா? ஏராளமான ரெக்கார்டுகள் இருக்கின்றன. பல மொழிகளிலும் இருக்கின்றன. மூன்று நான்கு வாரங்கள் நீளக்கூடிய இசை வேள்வி நடத்துமளவுக்கு இருக்கின்றன. மழையில்லாத நாட்களில் காலையிலேயே வழக்கமான மரத்தடியில் நாற்காலிகள், தேநீர் நிரப்பிய ஃப்ளாஸ்க், பீடி, தீப்பெட்டி, சிகரெட், கிளாஸுகள் எல்லாவற்றையும் ஒழுங்குபடுத்தி வைத்துவிடுவேன். என் கணவர் மதுர மனோகர கானங்களால் நிரம்பிய பிரபஞ்சம்; உலகம் அமைதி பெறட்டும் என்ற பிரார்த்தனையுடன் வந்து உட்காருகிறார். கஜல்கள்தான் இப்போது நிசப்தத்தைக் குலைக்கின்றன. கஜல்களின் ராஜகுமார

னான பங்கஜ் உதாஸின் பாட்டு கேட்டுக்கொண்டிருக்கிறது. முன்னால் போட்டிருக்கும் நாற்காலிகளில் ஒன்றில் நான் உட்கார்ந்திருக்கிறேன்.

கணவர் கேட்டார்: எழுதிக்கோ, இல்லேன்னா நான் சொல்றதைக் கேட்டு ஞாபகம் வைத்துக்கொண்டு பேசினாலும் போதும். மறந்துடுவியா?

நான் சொன்னேன்: எழுதி வெச்சுக்கிறேன்.

கணவர் சொன்னார்: சரி, தாயின் காலடியில்தான் சொர்க்கம் இருக்கிறது. இது யார் சொன்னதுன்னு தெரியுமா? பண்டு பண்டு ஆயிரத்தி நானூறு வருஷத்துக்கு முந்தி பாலைவனங்களின் நாடான அரேபியாங்கிற மகாராஜ்ஜியத்திலே மக்கா 'ங்கிற எடத்திலே பிறந்த அநாதையான. . .

எனக்குத் தெரியும். முகம்மது நபி ஸல்லல்லாஹு அலைஹிவஸல்லம் என்று சொன்னேன் நான்.

ஆமாம். இறைவனின் தூதரான முகம்மது நபி. இறைவனையும் திருத் தூதரையும் நம்புகிற நூறு கோடிக்கும் அதிகமான மனிதர்கள் இப்போது இந்த பூமியில் இருக்கிறார்கள். இருந்தும் அவர்களெல்லாம் பெண்களிடம் எப்படி நடந்துகொள்கிறார்கள்? அதுபோகட்டும், பெண்களை இஸ்லாம் அந்த அளவு மதிக்கிறது என்று புரிகிறதா? பெண்மணிகளுக்கு இதைவிட மகத்தான வெகுமதி வேறு என்ன இருக்கிறது? ஹா, திவ்வியமான அனுக்கிரக ஆசி. எல்லாப் பெண்களும் ராஜகுமாரிகள்தான். சொர்க்க சுந்தரிகள், ஹூரிகள், புரிகிறதா? அப்படியிருந்தும் குசும்பு, அசூயை,பேராசை, பகை, புரளின், பொய், சச்சரவு, உளறுவாய்த்தனம். நீ உட்பட்ட இந்த பகைச்சியர் கூட்டம் எவ்வளவு படுக்கூஸுகள். இதைக் கேட்டதும் என்னால் பொறுத்துக்கொள்ள முடியவில்லை. ‘வெட்கக்கேடு. மனுஷிகள் நடுவிலே போய் இதையெல்லாம் சொல்ல முடியுமா? ஸ்த்ரீ ஜென்மங்களான நாங்க இப்படியொண்ணுமில்ல. உண்மையை மட்டும் சொல்லுங்க’ என்று கணவரிடம் சொன்னேன். கணவர் சொன்னார்: சரிதான், பெண் சமூகம் அப்படிப்பட்டதல்ல. நீ சொன்னதுதான் உண்மை. பெண்கள் அற்புதமான ஜீவராசிகள். பெண்கள் மட்டுமென்ன சகல ஜீவராசிகளும் அற்புதமான சிருஷ்டிகள்தான். ஆனால் ஆணின் கண்களால் பார்த்தால் பெண் அற்புத சிருஷ்டி மட்டுமல்ல; அனுக்கிரக சிருஷ்டிகளும் கூட. என் கணவர் சொல்லிக்கொண்டிருந்தபோது எங்கள் குடும்பத் தோழியான பாத்திமத்து சுஹ்ரா வந்து சேர்ந்தாள். நான் அவளை வீட்டுக்குள்ளே அழைத்துப் போனேன். நிறைய

பேசிக்கொண்டிருந்தோம். அப்போது கஜல்களின் ராஜாவான மெஹ்தி ஹசனின் பாட்டு கேட்டுக்கொண்டிருந்தது. எவ்வளவு அழகான புடவை. சுத்தப் பட்டு. பிளவுசும் பட்டு. இரண்டு கைகளிலும் வளையல்கள். தனித் தங்கம். எட்டும் எட்டும் பதினாறு வளையல்கள். வைரம் பதித்த தங்க நெக்லஸ். கால்களில் விலையுயர்ந்த செருப்புகள். இரண்டு விரல்களில் வைரக் கற்கள் பதித்த தங்க மோதிரங்கள். பட்டுப் புடவையின் மார்க்கெட் விலை ஆயிரத்து ஐநூறு. இவையெல்லாம் பாத்திமத்து சுஹ்ராவின் கணவர் வாங்கிக் கொடுத்தது. விலை மிகுந்த புடவைகளும் மற்றவையும் வேறேயும் இருக்கின்றன.

கணவர்... நானும் யோசித்துப் பார்த்தேன். நாங்கள் வராந்தாக் கைப்பிடிச் சுவரில் உட்கார்ந்திருந்தோம். இன்னொரு கஜல் ராஜகுமாரன் தலத் அஜீஸ் பாடிக்கொண்டிருக்கிறார். பாட்டைக் கிட்டத்தில் கேட்பதற்காக மட்டுமே நான் பாத்திமத்து சுஹ்ராவைப் பக்கத்து நாற்காலியில் என் கணவரின் பார்வையில் படும்படி உட்கார வைத்தேன். ஃப்ளாஸ்கிலிருந்து தேநீரை ஊற்றிக் கொடுத்தேன். என் கணவருக்கும் கொஞ்சம் கொடுத்தேன். நானும் குடித்தேன். தேநீர் குடித்தும் பாட்டுக் கேட்டும் நிறைய நேரம் பேசிக் கொண்டுமிருந்து விட்டு பாத்திமத்து சுஹ்ரா போன பிறகு ஆயிரத்து ஐநூறு ரூபாய் புடவையையும் தங்க வளையல்கள் பதினாறையும் கழுத்தில் வைரம் பதிச்ச தங்க நெக்லஸையும் எல்லாம் பாத்தீங்க இல்லே? அது மாதிரி ஏதாவது இந்த வீட்டிலே இருக்கா? பாத்திமத்து சுஹ்ராவும் ஒரு மனைவி. நானும் ஒரு மனைவி. இருந்தும் என்ன என்று என் கணவரிடம் சொன்னேன். நீ ஏதாவது சொன்னியா என்று கேட்கிறார் என் கணவர். இப்போது காது கேட்பதில்லையாம். முழுச் செவிடாம். நான் பக்கத்தில் போகிறேன். துனியா முழுவதும் கேட்கும்படியாகக் காதில், பாத்திமத்து சுஹ்ராவை நல்லாப் பாத்தீங்களா? அவ கட்டியிருந்த புடவையோட விலை ஆயிரத்து ஐநூறு ரூபா. நல்லாப் பாத்தீங்கதானே என்று உரக்கச் சொன்னேன்.

அப்போது கணவர் சொல்கிறார். நான் என்னோட பாதங்களைப் பாத்து உட்கார்ந்திருந்தேன். கால்களிலும் விரல் களிலும் எதுக்கு நகங்கள்? கைகள்லே இருந்தா பிறாண்டலாம். பிய்க்கலாம். சொறியலாம். கிள்ளலாம். நான் பாத்திமத்து சுஹ்ராவைப் பார்க்கவில்லை. அந்நியப் பெண்களைப் பார்க்க கணவர்களான எங்களுக்கு அனுமதி கிடையாது. அப்படிப் பார்த்தால் கணவர்களான எங்களை நாளைக்கு நரகத்தில் நெருப்பில் போட்டுப் பொசுக்கிவிடுவார்கள். மறுபடியும் பிறக்க வைப்பார்கள். அப்படிப் பொசுங்குவதும் மறுபடியும் பிறப்பதுவு

மாக எழுபதாயிர வருட தண்டனை கிடைக்கும். அதனால் நீயே யோசித்துப் பார், நாங்கள் பர ஸ்த்ரீகளைப் பார்ப்போமா?

பர ஸ்த்ரீகளைப் பார்க்கக் கூடாது. நல்ல காரியம்தான், ஆயிரத்து ஐநூறு ரூபாய்ப் புடவைன்னு கேட்டதும் காது செவிடாயிடும். சுத்தமாக் கேட்காது. ஆனா பாட்டு மட்டும் சரியாக் கேட்கும். நான் ஒரு துண்டுக் காகிதத்தில் சுஹ்ராவின் புடவை விலை, நெக்லஸ் சமாச்சாரங்கள். அதுபோல எனக்கு இருக்கிறதா? நானும் ஒரு மனைவியில்லையா? எனக்கும் ஆசைகள் இருக்காதா என்று எழுதிக் காட்டினேன்.

அப்போது என் கணவர் சொல்கிறார். ஆசைகள் கூடாது. ஆசையே சகல துன்பங்களுக்கும் காரணம் என்று பகவான் புத்தர் சொல்லியிருக்கிறார். அதனால் ஆசைகள் கூடவே கூடாது.

நல்லது. மனைவிகள் கீழ்ப்படிய வேண்டியவர்கள்தானே? மனைவிகளும் பெண்கள்தானே என்றேன்.

முன்பே சொன்னேன் இல்லையா? பெண்கள் அனுக்கிரகம் பெற்ற சிருஷ்டிகள். மென்மையானவள், பிரகாசமானவள். இனிமையானவள். மனோகரமானவள். மாய்ப் பிரபஞ்ச நிகழ்வு. சரிதானே என்று என் கணவர் என்னிடம் கேட்கிறார். நான் சொன்னேன்: பெண் இனத்தைப் பற்றி இப்போது சொன்னது எல்லாம் சத்தியம்தான். ஒரு பிசகுமில்லை என்றேன். என் கணவர் கேட்டார்: பிறகு? நான் சொல்கிற இது முழுசும் பேன் நிரம்பிய உன்னுடைய தலைமண்டையிலே ஏற்றிக்கொள். பெண் வர்க்கம் ஜீவிதத்தின் உப்பு ஆகிறது.

என் தலைமண்டையில் மருந்துக்குக்கூட ஒரு பேன் கிடையாது. மண்டையில் மருந்துக்கூட முடியில்லாத சில யோக்கியர்களுக்கு முடியிருக்கிற தலைமண்டைகளைப் பார்க்கிற போது சொல்லுவதற்கு ஒருபாடு காரணங்கள் இருக்கும். அசூயைக்கும் அப்புறம் வேறே எதுக்குமோ மருந்து கிடையாது என்று கேள்விப்படுகிறேன். இதென்ன உப்பு சமாச்சாரம்? ஸ்திரீ ஜனங்கள் உப்புமில்லை, கிப்புமில்லை. உண்மையில் வாழ்க்கையில் பெண்கள் யார்?

கேள்வியைக் கேட்காத பாவனையில் என் கணவர் ஸ்டீரியோவில் வேறு ஒரு ரிக்கார்டைப் போட்டார். கஜல்களின் இன்னொரு ராஜ குமாரன். குலாம் அலி மந்திர இனிமையாகப் பாடுகிறார். அந்தப் பாட்டில் மூழ்கிய பின்னர் என் கணவர் சொன்னார்: போ, நீ போய் மங்கையர் திலகங்களிடம் இதை யெல்லாம் எடுத்துச் சொல்லிவிட்டு சீக்கிரம் வரப் பார். நான்

இங்கே தனியாக இருக்கிறேன். எனக்குச் சுத்தமாக முடிய வில்லை என்பதை நீ ஞாபகம் வைத்துக்கொள்ள வேண்டும். காலத்தின் திரைகளுக்குள் மறையவிருக்கிற நிலைமை. என் முதுகைச் சொறிந்துவிடக்கூட யாராவது இருக்கிறார்களா? பாம்புகளிடமும் ஜின்களிடமும் யட்சிகளிடமும் என்னுடைய முதுகைச் சொறிந்துவிடச் சொல்லுவது மரியாதையாக இருக்குமா? இரண்டு மணி நேரத்துக்குள்ளே இதையெல்லாம் வாசித்துக் கேட்கவைத்து விட்டு நீ வரவில்லை என்றால், ஞாபகம் வைத்துக்கொள், நான் ஒரு சின்னப் பெண்ணை உடனடியாகக் கட்டிக்கொள்வேன். சுத்தமான நகங்கள் கொண்ட சின்னக் கஸ்மாலத்தை. பாக்கெட் எடிஷன் சின்னக் கஸ்மாலம்.

கொஞ்சம் கோபத்துடனேயே நான் என் கணவரிடம் என்ன விவரங்கெட்ட பேச்சு இது? நான் இதையெல்லாம் அங்கே போய் பெண்களிடம் சொல்லணுமா? அவமானம். நான் கொஞ்சம் சொறிந்து விட்டு விட்டுப் போறேன் என்றேன். பிறகு அவரிடம் கேட்டேன். உருப்படியாக ஒண்ணும் சொல்லவில்லையே? ஃபெல்லோஷிப் வாங்கிய கே.கே. ஸ்ரீதேவிக்குப் பாராட்டு விழாவாச்சே? ஸ்ரீதேவியைப் பத்தி ஏதாவது சொல்லணும். கேர்ள்ஸ் இஸ்லாமிக் ஆர்கனைசேஷனைப் பத்தியும் சொல்லணும். பெண்களின் மாசிகை – ஆராமம். அதோட முதன்மை ஆசிரியர் சுஹ்றா பீவி, உதவி ஆசிரியர் ஸ்ரீதேவி. இந்தப் பெண்மணிகளைப் பற்றி என்ன சொல்லுவது?

சுந்தரிகள். உலகத்தில் சிறிய பெரிய பெண்கள் எல்லாரும் சுந்தரிகள்தான் என்றார் என் கணவர்.

அப்படிச் சொல்ல முடியாது. எனக்கும் மற்ற நாரீமணி களுக்கும் சுந்தரிகள் என்ற இந்தப் பேச்சே சுத்தமாகப் பிடிக்காது என்றேன்.

என் கணவர் சொன்னார்: சந்தோஷம். பெண் எப்போதும் பெண்தான். மென்மையானவள், பிரகாசமானவள். இனிமை யானவள். மனோகரமானவள். மாயப் பிரபஞ்ச நிகழ்வு. பெண் வர்க்கம் இல்லையென்றால் நமது இந்த சுந்தரமான பூகோளம், பால்வீதிகள், சூரியக் குடும்பங்கள், அண்ட கடாகங்கள், பிரபஞ்சங்கள் எல்லாம்... எல்லாம் உயிரில்லாததாகியிருக்கும். தொடர்ச்சியான உயிரின் தொடர்ச்சியான பெருக்கின் அழகான வாசலே பெண்வர்க்கம். மறுப்பிருக்கா?

நான் சொன்னேன்: பெரும் சந்தோஷம். அப்போ பெண் வர்க்கம் உப்பு மட்டுமில்லே வாசலும் கூட. இனி?

நீ ஓடிப் போய் இதையெல்லாம் வாசித்துக் கேட்கவைத்து விட்டு வேகமாக வா. என் முதுகில் கடுமையான அரிப்பும் சொறியும். ஞாபகம் வெச்சுக்கோ என்றார் என் கணவர்.

நல்லா ஞாபகமிருக்கு. ஆனா ஒரு சந்தேகம்? இந்த அண்டகடாகம்னு சொன்னீங்க இல்லையா? *ஆராமம்* பத்திரிகைக்கும் கோழிக்கோட்டுக்கும் அண்டசராசரங்களுக்கும் என்ன சம்பந்தம் என்று கேட்டேன்.

அதற்குப் பதிலாகக் கேட்டது இன்னொரு கஜல் ராஜ குமாரனான அனூப் ஜலோட்டாவின் கம்பீரமாக முழங்கும் குரலைத்தான். *ஆராம*மும் கோழிக்கோடும் எல்லாம் அண்டசரா சரத்தில்தான் இருக்கிறது. நாமெல்லாரும் பிரபஞ்சத்தில் குடியிருப்பவர்கள்தான் என்றார் என் கணவர்.

நாம் பூமியில் குடியிருப்பவர்கள் இல்லையா? இதில் எங்கே பிரபஞ்சம் வந்தது என்றேன்.

பூமி மிகச் சிறிய ஒரு சின்னத் தீவு. பிரபஞ்சம் என்ற எல்லையில்லாத பெருங்கடலில் தனித்து இருக்கும், ஏகாந்தமான ஒரு தீவு. இதைப் போன்றவையும் இதைவிட மகத்தானவையுமான கோடானு கோடி, பின்னும் கோடி, முடிவற்ற கோடித் தீவுகள் பிரபஞ்சமான மகா சமுத்திரத்தில் இருக்கின்றன. கிரகங்களின் தொகுதிகள் அப்புறம் எண்ணிக்கையில்லாத ஒளிக் கோள்கள். நம்முடைய பயங்கரமான சூரியனைவிட இருபத்தைந்தாயிரமும் லட்சமும் மடங்கு பெரியதான அனந்த கோடி பிரம்மாண்டமான பயங்கர பயங்கர சூரியன்கள். தோன்றவும் அழியவும் செய்யும் கணக்கில்லாத நட்சத்திர உலகங்கள். பிரபஞ்சங்களில் சக்தியும் புத்தியுமுள்ள ஜீவிகள். நமக்குப் பெரிய அறிவேதுமில்லை. நம்முடைய இந்தப் பூகோளத்திலிருக்கிற எண்ணிக்கை தெரியாத கண்ணுக்குத் தெரிகிறதும் தெரியாததுமான உயிர்களைப் பற்றி நமக்கெல்லாம் ஏதாவது அறிவு உண்டா? அனந்த விசாலமான, ஆழந்த பயங்கரமான, வளர்கிற, நிரந்தரமாக வளர்கிற, அற்புத சுந்தர மகா மகா பிரபஞ்சங்கள். இதில் தனிமையான திட்டு என்று சொல்லப்படும் இந்த பூமி தனிமையானதா? தனிமையானது தானே? ஒவ்வொன்றும் விழும்போதெல்லாம் தானாகவே எழுந்திருக்க வேண்டும். சில சமயம் விழும்போது ஆதரவு கிடைக்க லாம். சிநேகம், சகோதரத்துவமும் கிடைக்கலாம். சிநேகம், சகோதரத்துவம், இரக்கம், கருணை எல்லாம் இருக்கின்றன. இருந்தாலும் கடவுளை எப்போதும் நினைக்க வேண்டும்.

வேறு ஏதாவது சொல்லுங்க! இதையெலலாம் கேட்க ஒரு சுகமும் இல்லை என்றேன்.

சுகமில்லாத வார்த்தைகள்தான் இருக்கின்றன. நட்சத்திர யுத்தங்கள் வருகின்றன. . . தெய்வம் தம்புரானே, அண்டகடாக யுத்தங்கள். . . பூமியின் உடைமையாளர்கள் ஆவதற்காக தமக்குள் போட்டிபோடுகிற பெரிய தம்பிரான்கள், போதை மருந்துகள், மது, ஆட்டம், ஹைடிரஜன், நியூக்லியர் குண்டுகள், என்னையும் உன்னையும் கேர்ள்ஸ் இஸ்லாமிக் ஆர்கனைசேஷன் யுவதிகளையும் சுஹ்ரா பீவியையும் ஸ்ரீதேவியையும் இங்கே கூடியிருக்கும் ஒவ்வொருவரையும் ஒன்பது தடவை கொல்லக் கூடிய பாம்கள் பெரிய தம்பிரான்கள் வசம் இருக்கின்றன. ஒரு லட்சத்துக்கும் மேற்பட்ட பாம்கள். எதிர்பாராத நேரத்தில் அவையெல்லாம் வெடிக்கும்.

அண்டகடாகம் நடுங்குகிற பயங்கர ஹுங்கார முழக்கத்துடன் வெடிக்கும். நானும் நீயும் சகலமும் இருபத்தைந்தாயிரம் துண்டுகளாகச் சிதறுவது மட்டுமல்ல; உருகி உருகி ஆவியாகிப் போவோம். ரப்பே, ஆலமீனான தம்புரானே, பூகோளம் – நமது சுந்தரமான இந்தப் பூவுலகம் – பயமுறுத்தும் பிரம்மாண்ட பிரம்மாண்ட பிணத் திடலாகி, ஆதியான இருளில் முழுகிப் போகும். மொத்தமும் பீதியூட்டும் பீதியூட்டும் இருள். இறுதி வெடிச் சிதறலின் அபாய முழக்கத்துக்காக ஜீவராசிகளே, மனித குலமே செவிசாயுங்கள். செவிசாயுங்கள்.

ரப்பே, பயமாக இருக்கிறது. தூக்கத்தில் கெட்ட கனவுகள் கண்டு அலறப் போகிறேன் என்றேன் நான்.

பரவாயில்லை. பாட்டு கேள் என்றார் என் கணவர். இதோ வருகிறாள் மாதுர்யம் நிறைந்த சுந்தரி – மிதிலா முகர்ஜி. சமன் கி பஹாரோமே ஹாசியானா. . . ந, ஜானே கஹா ஹோகயா ஒ ஸமானா, சமன் கி பஹாரோமே. . . பூந்தோட்டங்களின் மலர்க் கடலில் சுந்தரமான நறுமணமான மொட்டுகளின் சமுத்திரத்தில் சந்தோஷகரமான எதையாவது சொல்லுங்கள். பெண்களான எங்களால் துக்ககரமான எதையும் கேட்கப் பிடிக்காது. இத்தனை ஆன பிறகும் இது தெரியாதா என்றேன்.

மெல்லிய அழகான மொட்டுகள். மனோகரமான கானங்கள். இனிப்பான பழங்கள். அற்புதமான சூரியோதயம். சூரியாஸ்தமனம். பால் வெளிச்சம் சிதறும் நிலவின் மோகன மோகன இரவுகள். சுகந்தம் சுமந்த இளங்காற்று. போதுமா? இடிமின்னலையும் பேய் மழையையும் புயற்காற்றையும் வியாதி களையும் வருத்தங்களையும் நில நடுக்கத்தையும் யுத்தங்களையும் மறந்து விடுங்கள். மகிழ்ச்சியானதை மட்டுமே நினைத்திருங்கள் என்றார் என் கணவர்.

பட்டுப் புடைவைகளும் தங்க வளையல்களும் ஞாபகமிருக்கிறதா என்று கேட்டேன். பெண்களே, அப்போது மட்டும் அவருக்குக் காது சரியாகக் கேட்க மாட்டேன் என்கிறது. 'நீ ஏதாவது கேட்டாயா?' என்று என்னிடம் கேட்கிறார். புத்த பகவானைப் பற்றி என்ன சொல்கிறீர்கள் என்று கேட்டேன்.

கணவர் சொன்னார்: உலகத்தின் துன்பங்களுக்குப் பரிகாரம் கண்டுபிடிக்க அவர் ஒரு மரத்தடியில் – ஆலமரத்தடியில்– உட்கார்ந்து கடினமாகத் தவம் செய்தார். அவருக்கு ஞானோதயம் பிறந்தது. புத்த பகவான் அமர்ந்து தவம் செய்த அந்த ஆலமரத்தின் மகனோட மகன் அல்லது மகளோட மகள், புரிநததா? சந்ததியான ஆலமரத்தடியில்தான் நான் உட்கார்ந்திருக்கிறேன். பண்டுபண்டு நீ பிறப்பதற்கு முன்பு புத்த கயாவில். புத்தர் உபதேசம் செய்தது என்னவென்று தெரியுமா? இன்னொரு முறை சொல்கிறேன், ஆசைகள் கூடாது.

அந்த உபதேசத்தைப் பெண்களான நாங்கள் ஏற்றுக்கொள்ள மாட்டோம். எங்களுக்கு ஆசைகள் உண்டு. துணியும் கோவணமும் இல்லாமல் ஏதோ ஒரு மரத்தடியில் உட்கார்ந்திருந்த ஒருவருக்குப் பட்டுப் புடவையைப் பற்றி என்ன தெரியும் என்றேன். கணவர் சொன்னார்: பகவான் புத்தருக்கு முன்பு அநேக தீர்க்கதரிசிகள் இருந்திருக்கிறார்கள். ஆதம் நபி முதல் இன்றுவரைக்கும். நூஹ் இப்ராஹிம், சுலைமான், மூசா, ஈஸா. இவர்கள் யாரும் ஆசைகளுக்குப் பின்னால் போகும்படிச் சொன்னதில்லை. அரேபியா முழுவதையும் கைப்பற்றினார்கள். முகம்மது நபி சக்கரவர்த்தியாக இருக்கவில்லை. அன்று சப்ரமஞ்சக் கட்டில்களும் சிம்மாசனங்களும் செங்கோலும் கிரீடங்களும் கொண்ட ராஜாக்களும் சக்கரவர்த்திகளும் இருந்தார்கள். ஆனால் இறைத் தூதரான முகம்மது நபி வெறும் பாயில்தான் படுத்தார். ஈச்சம் பனையோலையில் முடைந்த பாயில். காலையில் எழுந்திருக்கும்போது நபியின் தேகத்தில் பாயின் அடையாளங்கள் தெரிந்தன. அன்றைக்கு சப்ரமஞ்சக் கட்டில்களும் அன்னச் சிறகு மெத்தைகளும் பட்டும் கம்பளமும் இருந்தன. நபி அதற்கெல்லாம் ஆசைப்பட்டாரா? யோசித்துப் பார், ஆசைகள், அதிகாரப் போட்டி, கோரமான நட்சத்திர யுத்தங்கள்.

ரப்பே, எல்லாம் அங்கேயே வந்து சேர்கின்றன. ஒரு நட்சத்திர யுத்தம். ஸ்த்ரீ ஜனங்களான நாங்கள் எல்லாரும் எல்லாவற்றையும் வேண்டாமென்று வைத்து, கண்ட மரத்தடிகளில் போய் உட்கார்ந்து தவம் செய்கிறோம். போதுமா? ஒரு சின்ன சந்தேகம். கணவன் என்ற வார்த்தைக்கு என்ன அர்த்தம் என்று கேட்டேன்.

என் கணவர் சொன்னார்: கணவன் என்ற வார்த்தைக்குப் பல அர்த்தங்கள். பலனை எதிர்பாராதவன், சித்தன், ரிஷி, புனிதன், அடிமை, ஸ்லேவ், பலவீனன், அலுத்துப் போனவன், ஆதரவில்லாதவன் என்று இப்படிப் பல அர்த்தங்கள் உண்டு. கணவர்கள் அப்பாவிகள். எங்களுக்கு அமைப்பு இல்லை. கணவர் களான எங்களுக்குப் பத்திரிகைகளும் இல்லை. மனைவிகளான உங்கள் குறைகளுக்குப் பரிகாரம் செய்ய எத்தனையெத்தனையோ பெண் பத்திரிகைகள் இருக்கின்றன. இந்த *ஆராமம்* யாருடைய பத்திரிகை? சொல்லு.

நான் சொன்னேன். முதுகு சொறிய சின்னப் பெண்ணைக் கட்டிக்கொள்ளும் பரமயோக்கியன் என்பதையும் சேர்த்துச் சொல்லுங்களேன். பெண்களைப் பற்றி நல்லது எதையாவது சொல்லிக் கொடுங்கள். அவர் சொன்னார்: அனுக்கிரக சிருஷ்டிகள் பெண்கள். நான் சொன்னேனே? மென்மையானவள், பிரகாசமானவள். இனிமையானவள். மனோகரமானவள். மாயப் பிரபஞ்ச நிகழ்வு. முசுடனும் கிறுக்கனும் சுத்தக் காட்டுமிராண்டி யும் முழுச் சோம்பேறியும் முரடனுமான ஆணை எழுப்பி நேர் வழியில் நடக்கச் செய்வதற்காகத்தான் பெண்கள் சிருஷ்டிக்கப் பட்டிருக்கிறார்கள். சிநேகம், பரிவு, பொறுமை, இரக்கம்,கருணை ஆகியவற்றின் அற்புத நிகழ்வாகிறாள் பெண்.

தனி படாங்கு. பெண்களைப் பற்றி இப்போது சொன்ன தெல்லாம் சரியானதுதான்; ரொம்பச் சரி. முன்பு சொன்னதுபோல குசும்பு, அசூயை, பகை, ஆசை, குதர்க்கம் ஆகியவையெல்லாமோ என்று கேட்டேன்.

என் கணவர் தீர்க்கமாகச் சொன்னார்: "இல்லவே இல்லை. அல்லது அப்படியே இருந்தாலும் அதெல்லாம் அற்பக் காரியங்கள். காம்பிலிருக்கும் வெறும் முட்கள்." 'முட்களா? எனக்குப் புரியவில்லை' என்றேன்.

ஆமாம். அழகான, மென்மையான, நறுமணம் மிகுந்த மலர்களே பெண்கள் என்றார் கணவர்.

இது வேணுமா? கேர்ள்ஸ் இஸ்லாமிக் ஆர்கனைசேஷன் இளைஞிகள், சுஹ்ராபீவி, ஸ்ரீதேவி அப்புறம் ஊரான ஊர்களி லிருந்து வந்திருக்கும் மங்கையர்மணிகள் – அவர்கள் எல்லாரும் என்ன நினைப்பார்கள் என்று கேட்டேன்.

என் கணவர் கொஞ்சம் சீரியசாகவே கேட்டார்: அவர்கள் என்ன நினைக்க? மஹிளா மணிகளுக்கு நன்றாகவே தெரியும். முன்கூட்டியே நன்றாக யோசித்துத் தீர்மானம் செய்ததுதான். பெண்கள் மலர்கள்தான். மலர்களின் கூட்டம்தான். பூக்கள்

நிறைந்த பூங்காவனம்தான் ஆராமம். புரிந்ததா? சமன் கி பஹாரோமே ஹாசியானா. . .

சரி. . . சரி. . . எனக்குப் புரிந்தது. ஆராமம்னா பூந்தோட்டம்.

தாங்கள் பூக்கள்தாம் என்கிற அநாதியான உணர்வு அவர்களுக்கு இருக்கிறது. அதனால்தான் பெண்களின் பத்திரிகைக்கு *ஆராமம்*னு பெயர் வைத்திருக்கிறார்கள். அந்த அழகுணர்ச்சி இல்லாமலிருந்தால் புட்டுக் குழாய், கஞ்சியும் புழுக்கும், தட்டமும் குப்பாயமும், கோழி பிரியாணி, பட்டு சாரி, வலையோசை, பெண்படை இதில் ஏதாவது ஆர்ப்பாட்டமான பெயரைப் பத்திரிகைக்கு இவர்கள் வைத்திருப்பார்கள். பத்து எண்ணூறு ஆண்டுக் காலமாகியும் முஸ்லிம்கள் உறக்கத்தில்தான் இருந்தார்கள். குறிப்பாக முஸ்லிம் பெண்கள். இப்போது இறைவனின் அருளால் அவர்கள் விழித்துக்கொண்டிருக்கிறார்கள். முஸ்லிம் பத்திரிகை தொடங்கலாம் என்று ஆகியிருக்கிறது. எழுத்தாளிகள் ஆகலாம் என்று ஆகியிருக்கிறது. பத்திரிகையாசிரியர் ஆகலாம். கேர்ள்ஸ் இஸ்லாமிக் ஆர்கனைசேஷன் பொறுப்பாளர்களுக்கும் கே.கே. ஸ்ரீதேவிக்கும் வாழ்த்துக்கள். போதாதா?

'இனி நான் சொல்லுவதைக் கேட்டுத் துள்ளக் கூடாது, என்ன?' என்றார் கணவர். 'ஆசாமி முசுடு. கிறுக்கும் இருக்கிறது. இடித்து உன் மூக்கைச் சட்டினி ஆக்கிடுவேன். எனக்கு ரொம்பவே உடம்பு சரியில்லை என்பதை ஞாபகம் வெச்சுக்கணும்' என்றார்.

ரப்பே, சங்கதி என்ன என்று கேட்டேன்.

சந்தோஷமான செய்தி. பெண்கள் அபலைகளே அல்ல. சக்திமிக்கவர்கள். சிநேகமும் பரிவும் கருணையும் இருப்பதனால் தான் ஆண் வர்க்கம், குறிப்பாக, முசுடுகளும் கிறுக்கர்களுமான கணவர்கள் இந்த பூகோளத்தில் ஆரோக்கியமாக இப்போது வாழ்கிறார்கள்; வாழ்ந்துகொண்டிருக்கிறார்கள். கொடூரமான கணவர் சமூகத்தைச் சாப்பாட்டில் விஷம் வைத்துக் கொடுத்துக் கொல்லாமல் விட்டிருப்பது குசும்பிகள் சிநேகமயமானவர் களாகவும் பொறுமையின் அவதாரங்களுமாக இருப்பதனால்தான் என்றார் என் கணவர்.

நான் சொன்னேன். மிகவும் சரி மிகவும் சரி, இங்கே சொல்லிக் கேட்டதெல்லாம் உண்மைதான், பரம சத்தியம். பெண்களான நாங்கள் இதை ஒப்புக்கொள்கிறோம். கொஞ்சம் கூட எங்களுக்கு மறுப்பு இல்லை.

எனக்கு ரொம்பவுமே முடியவில்லை. சோர்ந்திருப்பவன். சோம்பேறி. கடுமையான மூச்சுத் திணறல் இருக்கு. நீ ஓடிப் போய் இதை வாசித்துக் கேட்கச் செய்துவிட்டு சீக்கிரம் வா. ரெண்டு மணி நேரத்துக்குள் நீ வந்து சேரலைன்னா என்னோட முதுகு அரிப்பும் சொறிச்சலும். . . ஞாபகமிருக்கில்லே?

ஞாபகமிருக்கு. எல்லாரையும் பற்றிச் சொல்லியாச்சே? நான் ஓடிப் போய் இதையெல்லாம் மக்கள்கிட்டே வாசித்துக் காட்டிட்டு ஓடி வந்திடறேன் என்றேன்.

நான் தனியா இந்த மரத்தடியிலே இருக்கேன்னு ஞாபகம் வெச்சுக்கணும் தெரிஞ்சுதா? முதுகைச் சொறிஞ்சு விடணுங்கறதையும் ஞாபகம் வெச்சுக்கணும். இனி என்ன சொல்ல? மங்கையர் திலகங்களுக்கு இனி என்ன வேணும்?

நான் சொன்னேன்: ஆயிரத்து ஐநூறு ரூபாய் பட்டுப் புடவை. தங்க வளையல்கள். வைரம் பதிச்ச தங்க நெக்லஸ், கார், ரேடியோ, டெலிவிஷன், ரெண்டு மாடி மாளிகை, கணவர்கள் நல்லாருக்கணும்.

என் கணவர் 'ஃபூ' என்றார். பெண்களுக்குத் தேவை இன்னும் அழகு, அன்பு, ஆரோக்கியம், வாழ்க்கைப் பாதுகாப்பு தீர்க்காயுசு பரம சுகம் – இத்தனையும் அவர்களுக்குக் கிடைப்பதாகன்னு நான் ஆசீர்வதிக்கிறேன். சொன்ன இதை எல்லாம் கொடுத்து அருளாளனான அல்லாஹு எல்லா பெண் ஜென்மங்களையும் ஆசீர்வதிக்கட்டும். உலகத்தில் சாந்தியும் சமாதானமும் பெருகட்டும். லோகா சம்ஸ்தா சுகினோ பவந்து. மங்களம்.

❍

நன்றி: *ஆராமம்* (மாத இதழ்)

தொகுப்பு: ஏ.எம். கதீஜா

பிற்சேர்க்கை – 2

டாட்டா என்றும் இங்கே இருக்கிறார்

உலக சஞ்சாரியான டாட்டா திருமணத்துக்குப் பிறகு தனியாக இரண்டு நாட்களுக்குமேல் எங்கேயும் போனதில்லை. சினிமாப் பணிகளுக்காக மதராசுக் கெல்லாம் போய்விட்டுத் திரும்பி வந்ததும் பெரும் அவசரத்துடன் சொல்லுவார்: 'ஃபாபி, சீக்கிரம் பட்சணம் எடுத்து வை. ரண்டு நாளாகச் சுத்தமாகத் தூங்கவில்லை. சாப்பிட்டுப் படுக்கணும்'.

அப்படிப் பிரியவே முடியாத மனிதர் பிரிந்து சென்று இப்போது பத்து வருடங்கள் ஆகிவிட்டன. ஆனால் ஒரு வருடம் கூட ஆகவில்லை என்றுதான் தோன்றுகிறது. அவர் எப்போதும் இங்கே இருக்கிறார்; வைலாலில் வீட்டின் முற்றத்தில்.

சில சமயங்கள் ஒரு வெறுமை தோன்றும். விட்டுப் பிரிந்து போனாரென்றாலும் அவருடைய சைதன்யமும் சக்தியும் எல்லா அபாயங்களையும் தடுத்துக்கொண்டு இந்த வீட்டில் நிலைபெற்றிருக் கின்றன. எங்களுக்கு அவரோடுள்ள அதீத சிநேகமே அவருடைய நித்திய சாந்நித்தியத்தை அனுபவிக்கச் செய்வதாக இருக்கலாம்.

ஒரு வருடத்துக்கு முன்பு. நான் மாடிப்படிகளில் இறங்கும்போது விழுந்துவிட்டேன். படிகளில் ஈரம் இருந்ததைக் கவனிக்கவில்லை. 'படச்சோனே, டாட்டா' என்று அலறினேன். ஐந்தாவது படியை எட்டியபோது யாரோ பிடித்து நிறுத்தியதைப்போல நின்றேன். அனீஸின் மனைவி அஞ்ஜுவின் உம்மா

வீட்டில் இருந்தார். சத்தம் கேட்டு ஓடி வந்தார். 'என்னாச்சு?' என்று கேட்டார். ஒன்றும் ஆகியிருக்கவில்லை. அன்று மாலையே மஞ்சேரியில் டாட்டாவின் நினைவாகக் கட்டப்பட்ட நூலகத்தின் திறப்புவிழாவில் கலந்துகொள்ள காரில் போனேன்.

என்ன நடந்தாலும் அல்லாவை அழைக்கும் அதே சுருக்கில் அழைப்பது டாட்டாவைத்தான். காப்பாற்றுவார் என்ற நம்பிக்கை. டாட்டா எப்போதும் இங்கே இருக்கிறார். வராந்தாவிலிருந்து வீட்டுக்குள் நுழையும்போது எதிரெதிராக இருக்கும் திண்ணைகள் ஒன்றில்தான் கடைசிக் காலத்தில் டாட்டா படுத்துறங்கினார். எதிர்த் திண்ணையில் நானும். இப்போதும் என் படுக்கை அங்கேயேதான். 'குளிராச்சே, உள்ளே வந்து படுங்க' என்ற பிள்ளைகளின் கோரிக்கையைப் பொருட்படுத்துவதில்லை. எங்களை இத்தனை அதிகம் நேசித்த டாட்டா இங்கிருந்து எங்கே போவார்? அவருடைய அணுக்கத்தை விட்டு நான் எங்கே போக? வெளியில் அதிகமாகப் பார்க்க முடிவதில்லையே என்று பலரும் கேட்கிறார்கள். தவிர்க்க முடியாத இடங்களுக்கு மட்டுமே போகிறேன். டாட்டாவின் சாந்நித்தியத்தை உணர்ந்து இங்கேயே இருக்கத்தான் விரும்புகிறேன்.

திருமண ஆலோசனைக்கு முன்பே பஷீரின் புத்தகங்களை வாசித்திருந்தேன். ஆனால் அவர் உயிரோடு இல்லை என்றுதான் நான் நினைத்திருந்தேன். பெண்பார்க்க வந்தபோதுதான் அவரை நேரில் பார்த்தேன்.

'நன்றாகப் பிடித்திருந்தால் மட்டும் சொன்னால் போதும். எனக்கு வயசு அதிகம்' என்றார் பஷீர். நான் எதுவும் பேசவில்லை. அன்று எனக்கு இருபத்திரண்டு வயது. பஷீருக்கு நாற்பத்து ஆறு. நேரில் பார்க்க அழகர். ஆனால் முதலில் பார்த்த போட்டோ அவலட்சணமாகத்தான் இருந்தது.

முழங்கைக்கு மேலே துப்பாக்கிக் கட்டையால் அடித்த அடியின் வடு. இரண்டு தோள்பட்டைகளும் இடங்கழி அளவு எண்ணெய் ஊற்றி வைக்கலாம்போல நன்றாகக் குழிந்திருந்தன. போட்டோவில் அப்படிப்பட்ட உருவமாக இருந்தார் .

கடுமையாக உடற்பயிற்சிகள் செய்வார். குளியலுக்கு முன்னால் நீண்ட நேரம் உடற்பயிற்சி நடைபெறும். என் வீட்டில் கீற்று வைத்து மறைத்த குளிக்கும் இடத்தில் கூடத் தேகப் பயிற்சியை நிறுத்தியதில்லை. ஒரு குடம் தண்ணீரை ஊற்றி சோப்பு தேய்ப்பார். பிறகு இன்னொரு குடம் தண்ணீரை எடுத்துத் தலைவழியாக ஊற்றிக்கொள்வார். துவட்டிக்கொள்வார். இதுதான் குளியல்.

திருமணம் முடிந்து தலையோலைப்பறம்புக்குச் சென்று ஒரு மாதம் கழிந்ததும் நாங்கள் பேப்பூருக்கு வந்தோம். உறவுகளை எல்லாம் விட்டுவிட்டு டாட்டா என்னுடன் வந்து வசிப்பதைப் பற்றி எனக்குத்தான் வருத்தம் இருந்தது. சொந்தக்காரர்களும் கூடப்பிறந்தவர்களும் பக்கத்திலேயே இருக்க வேண்டும் என்று ஆசை இல்லாமல் இருக்குமா? டாட்டாதான் என்னைச் சமாதானப்படுத்துவார். 'நமக்கு இங்கேயே எல்லாத்துக்கு ஆளுங்க இருக்காங்களே.'

அது சரிதான். அன்றும் இன்றும். டாட்டா போன பிறகும் ஆட்களுக்கு எங்கள் மேலான நேசத்தில் எந்தக் குறையும் வந்துவிட வில்லை. பஷீரின் சாந்நித்தியத்தைத் தெரிந்துகொள்வதற்காக இங்கே வருபவர்களின் பெருக்கம் குறையவுமில்லை. அனீஸின் திருமணக் கொண்டாட்டத்தில் இங்குள்ள நண்பர்கள்தான் முன்னால் நின்றார்கள். என்.பி. முகம்மதுதான் காப்பாளரின் நிலையில் அன்ஜூவின் உறவினர்களுடன் பேசினார்.

'பார்கவி நிலைய'த்தின் திரைக்கதை எழுதுவதற்காக டாட்டா மதராஸூக்குப் போயிருந்த நாள். காலையில் புறப்படும்போதே கேட்டார். 'நான் போகட்டுமா? உனக்கு வருத்தமில்லையே?'

'இல்லை. போய்விட்டு சந்தோஷமாகத் திரும்பி வாருங்கள்.'

நான் அன்று கர்ப்பிணி. மாதமாகியிருக்கவில்லை என்றாலும் சின்னச் சின்ன உபாதைகள் இருந்தன. அதனால்தான் வருத்தமாக இருக்குமோ என்ற பதற்றம் டாட்டாவுக்கு ஏற்பட்டிருந்தது. அவரை சந்தோஷமாக வழியனுப்பி வைத்தாலும் கொஞ்சம் கழித்து எனக்கும் வருத்தம் தோன்ற ஆரம்பித்தது. ஷாஹினா அன்று சின்னக் குழந்தை. வீட்டில் என்னுடைய தங்கைகளும் இம்மாத்தா என்ற பெண்பிள்ளையும் இருந்தார்கள். சாயங்காலம் ஆனதும் வலி அதிகமானது. தங்கைகளை அனுப்பி டாட்டாவின் நண்பர்களிடம் போன் செய்து தகவல் தெரிவிக்கச் சொன்னேன். எம்.டி., பட்டத்து விளை கருணாகரன், புதுக்குடி பாலேட்டன், திக்கோடியன், புனலூர் ராஜன் ஆகிய எல்லாரும் காருடன் வந்தார்கள். என்னை பீச் ஆஸ்பத்திரியில் கொண்டுபோய்ச் சேர்த்தார்கள். அங்கே தெரிந்தவர்கள் யாருமில்லை. ருக்மிணி என்ற நர்ஸ் டாட்டாவின் பெரிய ஆராதகியாக இருந்தாள். அவளும் அன்று டூட்டியில் இல்லை. ஒரு ஆளை அனுப்பிவைத்தாள். புறநோயாளர் வார்டில் படுக்கவைத்திருந்த என்னை டூட்டி டாக்டர் பரிசோதித்து உள் வார்டில் சேர்த்துவிட்டார்.

காலையில் ஆஸ்பத்திரிக்கு வந்தவர்கள் எல்லாம் திகைத்துப் போனார்கள். எம்.டி.யின் தலைமையில் இலக்கியவாதிகளின்

கூட்டமே ஆஸ்பத்திரி முன்னால் நின்றிருக்கிறது. பார்ப்பவர்கள் முகத்திலெல்லாம் 'என்ன இங்கே ஏதாவது இலக்கியக் கூட்டமா?' என்ற கேள்வி.

எனக்கு ஆபரேஷன் செய்வதற்கான ஆயத்தங்கள் தொடங்கின. ராதா என்ற பெண் நர்ஸ் இருந்தாள். அவள் கேட்டாள்: 'பேரென்ன?'

'ஃபாபி.'

'பாபியா? நீங்க இங்கே கெடந்து கஷ்டப்படறது சும்மா இல்ல, பேரு பாபியாச்சே, போதாதா?'

அவள் கொடூரமாகச் சிரித்தாள். எனக்கு என்னவென்று தெரியாத சங்கடமாக இருந்தது. அவள் அந்தப் பக்கமாகச் சென்று மற்ற நர்சுகளிடம் என்னைப் பற்றிக் கேலிசெய்து சிரிப்பதை என்னால் கேட்க முடிந்தது.

என் கையில் நான்கு வளையல்கள், கழுத்தில் மாலை, டாட்டா புறப்படும்போது கொடுத்த ஐநூறு ரூபாய் எல்லாம் இருந்தன. அவற்றையெல்லாம் பாரிஸ் மிட்டாய் தகரப் பெட்டியில் போட்டு உடன் வந்த இம்மாத்தாவிடம் ஒப்படைத்தேன். (அவள் அதையெல்லாம் பத்திரமாகக் காப்பாற்றி எதுவும் தொலைந்து போகாமல் திருப்பிக் கொடுத்தாள். ஆஸ்பத்திரியில் திருடர்களின் தொல்லை இல்லாமலிருந்தது பாக்கியம்.)

ராதா நர்ஸின் பரிகாசக் குரல் மறுபடியும் உரக்கக் கேட்டது. 'ஒரு பாபி பிரசவத்துக்கு வந்திருக்கு.'

நான் எப்படிப் பேணப்பட வேண்டியவள்? இருந்தும் எதனால் இந்தக் கேலி? படைச்சோனே, இதற்கு எப்படி பதில் சொல்வது என்று சங்கடப்பட்டுக்கொண்டு, கிடக்கும்போது அதோ, தேவதையைப்போல தங்கம் டாக்டர் துள்ளி வருகிறார், 'ஃபாபி எங்கே, ஃபாபி எங்கே?' என்று கேட்டுக்கொண்டு ஓட்டமாக வருகிறார். ஆபரேஷனுக்கான ஆயத்தங்களுக்கு அவசர மாக அறிவுறுத்தினார். என்னை மீண்டும் மீண்டும் பரிவுடன் ஆசுவாசப்படுத்தினார். அந்த அன்பு... மறக்க முடியாது அந்தத் தருணத்தை. அப்போதே செத்துவிட்டால் போதும் என்று தோன்றியது. எல்லா வேதனைகளையும் மறந்தேன். அதற்குள் ருக்மிணியும் 'தாமதாகி விட்டது' என்று பரிதவித்துக்கொண்டே வந்து சேர்ந்தாள்.

ஆபரேஷனுக்கு முன்பாக என்னை மயக்கத்தில் ஆழ்த்தி னார்கள். 'டாட்டா, டாட்டா' என்று அழைத்து அழத் தொடங்கும் போது மெல்லமெல்ல சுய உணர்வற்ற நிலைக்குள் விழுந்தேன்.

உணர்வு திரும்பியபோது 'ரத்தம் குடுக்கணும், ரத்தம் வேணும்' என்ற குரல்களும் ஆரவாரங்களும் கேட்டன. ஆஸ்பத்திரி எழுத்தர் வேணுநாதன் ரத்தம் கொடுத்தார். (அவர் அண்மையில் தான் காலமானார். அவருடைய மனைவி ஆஸ்பத்திரியில் நர்ஸாக இருந்தார்).

குறை மாதமானதால் ஆபரேஷன் செய்துதான் குழந்தையை வெளியே எடுத்தார்கள். ஆண் குழந்தை. அவனை இன்குபேட்டரில் வைத்திருந்தார்கள். நான் சோர்ந்து படுத்திருந்தேன். மாத்ருபூமியிலிருந்து டாட்டாவுக்கு டெலிபிரிண்டர் மூலம் தகவல் அனுப்பியிருந்தார்கள். ஆனால் அதற்குள் அவர் மதராசிலிருந்து புறப்பட்டுவிட்டதாகப் பதில் கிடைத்தது. இரவு இரண்டு மணிக்கோ மூன்று மணிக்கோதான் ரயில் கோழிக்கோட்டுக்கு வந்து சேரும். எம்.டி. காருடன் ரயில்வே ஸ்டேஷனில் காத்திருந்தார். இரவில் வந்து சேர்ந்தால் ரயில்வே ஸ்டேஷனிலேயே அறையெடுத்துத் தங்குவது டாட்டாவின் வழக்கம்.

வண்டி வந்தது. டாட்டா இறங்கினார்.

"டே, வாசு, நீ யாருக்காகக் காத்துகிட்டிருக்கே? இந்த வண்டிலே உனக்காக எவ வரப் போறா?"

"குரு, வேடிக்கைப் பேச்சை விடுங்க. கார்லே ஏறுங்க."

"நீ என்னைக் காரிலேத்தி எந்தப் பாதாளத்துலே தள்ளப் போறேடா?"

"கார்லே ஏறுங்க... காரிலே ஏறுங்க" எம்.டி. மீண்டும் மீண்டும் கட்டாயப்படுத்தித்தான் டாட்டாவை அழைத்து வந்தார்.

பயணத்துக்கு இடையில் என்னைப் பற்றிய தகவல் தெரிந்ததும் பதற்றமாகி விட்டார். "நீயேண்டா முன்னாடியே தெரிவிக்கல?"

"போன் பண்ணினாக் கெடச்சாத்தானே?"

ஆஸ்பத்திரி பிரசவ வார்டுக்குள் இரவில் எப்படிப் போக முடியும்? அதுபோன்ற எந்த யோசனையும் டாட்டாவுக்கு இருக்கவில்லை. செக்யூரிட்டிக்காரனிடம் கேட்டைத் திறக்கச் சொன்னார். "என் மனைவி உள்ளே இருக்கா, நான் அவளைப் பார்க்கணும்."

"ஐயோ, என் வேலையே போயிடும். காலைலே நேரமே வாங்க. அப்பப் பாக்கலாம். ராத்திரியில் ஆம்பிளைகளை உள்ளே விடமுடியாது."

டாட்டா கத்தியை எடுத்தார் ('பார்கவி நிலையம்' ஸ்டைல்). "இப்பக் குத்திடுவேன். சீக்கிரம் தொற."

பிரசவ வார்டில் மங்கலான வெளிச்சம். எல்லாரும் அமைதியான உறக்கத்தில். என் முகத்திலும் தலைமேலும் விரல்கள் தொடுகின்றன. வருடுகின்றன. நான் திடுக்கிட்டு எழுந்தேன். "ஐயோ யாரோ என்னைத் தொடறாங்க" என்று அலறினேன்.

"ஃபாபி, இது நான்தான். சத்தம் போடாதே."

"ஐயோ, நீங்க எப்படி இந்த நேரத்துல. . ."

கட்டிலுக்கருகே ஸ்டூலில் உட்கார்ந்தார். தலையை வருடிக் கொடுத்துக்கொண்டிருந்தார். "நான் இங்கே இல்லாம ரொம்பக் கஷ்டப்பட்டுட்டே இல்லே?"

"எனக்கு ஒரு கஷ்டமும் இல்ல. இங்க உதவி செய்யறதுக்குன்னு எத்தனையோ பேர் இருந்தாங்க."

"மோள் எங்கே?"

"அவளை ராஜன் (புனலூர் ராஜன்) தங்கமணிகிட்டே கொண்டுபோய் விட்டிருக்கார்." (ராஜன் தங்கமணி திருமணத்துக்கு டாட்டாவின் பேராதரவு இருந்தது).

டாட்டா என் முடியிழைகளில் விரலோட்டிக் கொண்டு நீண்ட நேரம் இருந்தார். எல்லாவற்றையும் பார்த்து, டாட்டாவைப் பின்வாங்கச் செய்யப் பயந்து செக்யூரிட்டிக்காரன் பிரசவ வார்டுக்கு வெளியில் நின்றிருந்தான்.

மறுநாள் 'நளந்தா' ஓட்டலில் அறையெடுத்துக் கொண்டார். ராஜன் வீட்டிலிருந்து ஷாஹினாவையும் அழைத்துக் கொண்டு வந்து வாசம் தொடங்கினார். முடிந்த நேரமெல்லாம் ஆஸ்பத்திரியில் என் அருகிலேயே இருப்பார். ஆஸ்பத்திரிக்கு அந்தப் பக்கம் ஆகாசவாணி நிலையம். அங்கிருந்து உரூபு, கே.ஏ.கொடுங்ஙல்லூர், திக்கோடியன் எல்லாரும் வருவார்கள். எம்.டி.யும் இருப்பார். டாட்டாவின் வாசகர்கள் வருவார்கள். எனக்கு வெட்கமாக இருக்கும். டாட்டா என்னுடைய படுக்கையில் உட்கார்ந்துகொள்வார். மற்றவர்கள் முன்னால் உட்கார்ந்திருப்பார்கள். அப்படி இலக்கியக் கூட்டம் சேர்வது ஆஸ்பத்திரியில் வழக்கமானது. சஹிருதையையும் இலக்கியவாதிகளின் ஆராதகளுமான ருக்மிணி இந்த விவாதங்களில் கலந்துகொள்வாள். குறைமாதத்தில் பிறந்த அந்த மகன் இருபத்து

மூன்றாம் நாள் எங்களைவிட்டுப் பிரிந்தான். எனக்கு சங்கடம் தெரியக் கூடாது என்பதற்காக டாட்டாவும் நண்பர்களும் அத்தனை நாளும் என்னுடனேயே இருந்தார்கள்.

அனீஸைப் பிரசவிக்கும்போது எல்லா வசதிகளும் இருந்தன. டாட்டா கூடவே இருந்தார். துணிகள் முதல் தேங்காய் எண்ணெய்வரை எல்லா சாமான்களையும் ஒழுங்குபடுத்தி இரண்டு பக்கமும் மூடும் வசதியுள்ள ஒரு பெரிய கூடையில் வைத்துத் தூக்கிக்கொண்டுதான் ஆஸ்பத்திரிக்கே புறப்பட்டோம். முடிவில்லாத அன்பாக இருந்தது அது. என் வாழ்விலும் என் குடும்பத்தினரின் வாழ்விலும் ஐஸ்வர்யம் நிறைந்திருப்பதற்குக் காரணம் நாங்கள் அந்த அன்புக்கு அருகதையுடையவர்கள் என்று நிரூபித்ததாக இருக்கலாம்.

'பஷீர் நினைவுகள்' (2004)
டி.சி. புக்ஸ்

நினைவின் நிழல்கள்

புகைப்படங்களுக்கு நன்றி
புனலூர் ராஜன், அனீஸ் பஷீர், டி.சி.புக்ஸ்

பஷீரும் ஃபாபி பஷீரும் – ஆரம்பகால புகைப்படம்

மகள் ஷாஹினாவுடன் பஷீர் தம்பதிகள்

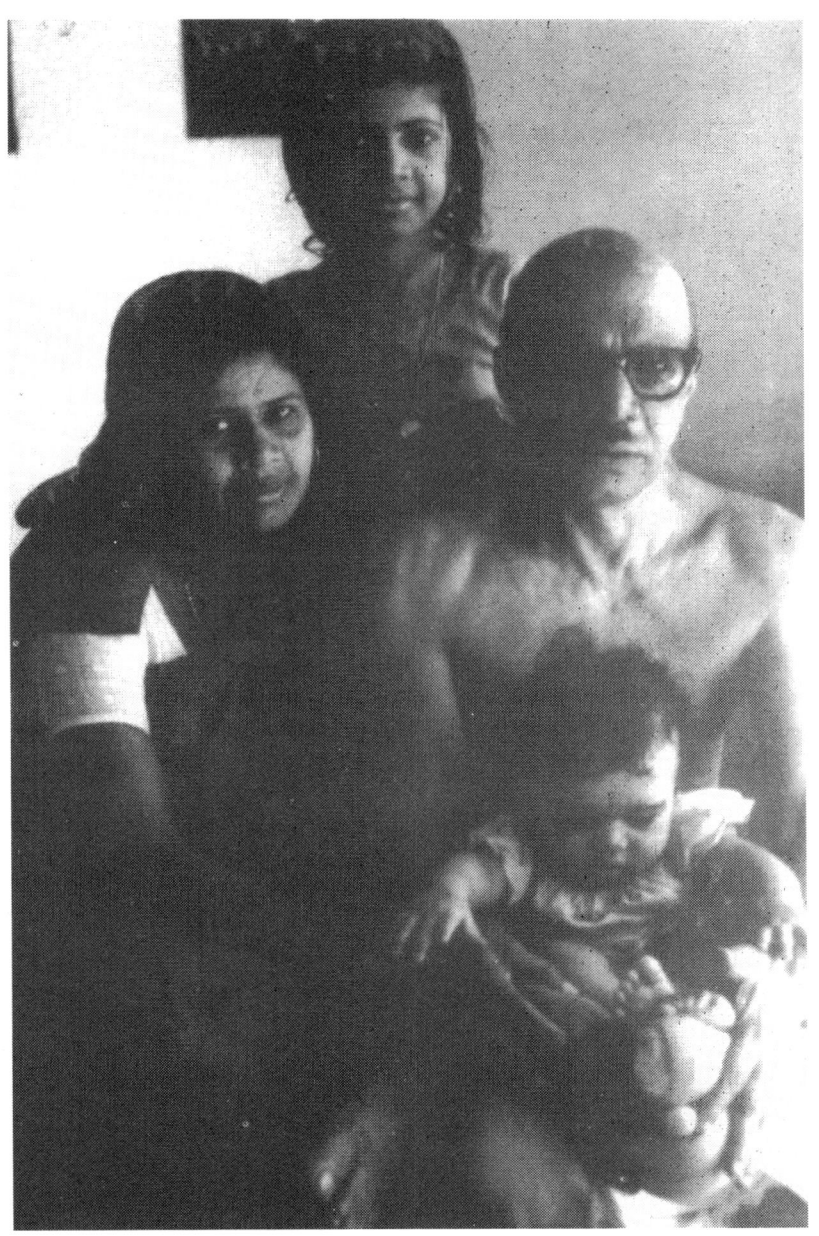

மகள் ஷாஹினா, மகன் அனீஸ்

Chelpark

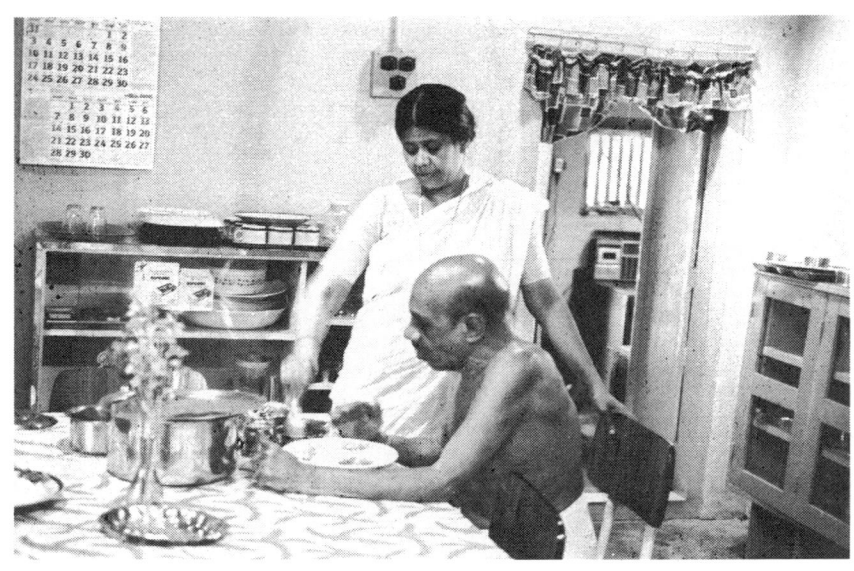

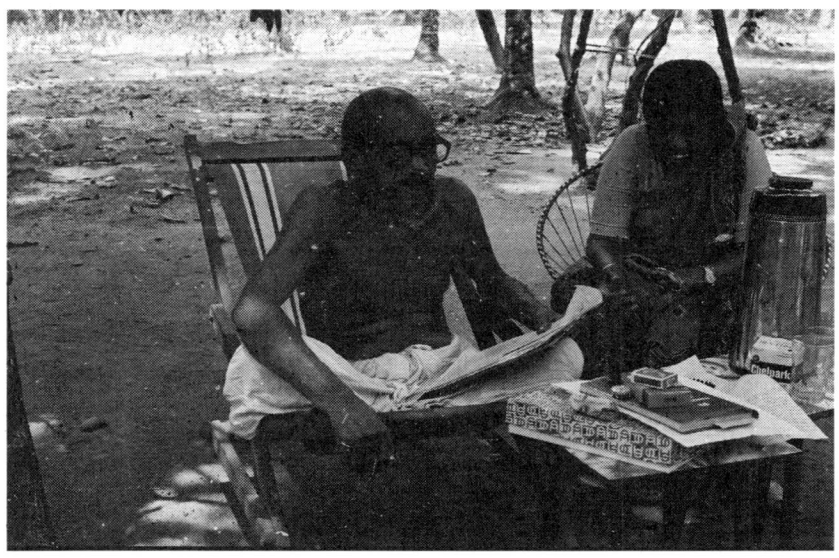

மகள் ஷாஹினா, மகன் அனீஸ், பேத்தி முல்லு ஆகியோருடன்

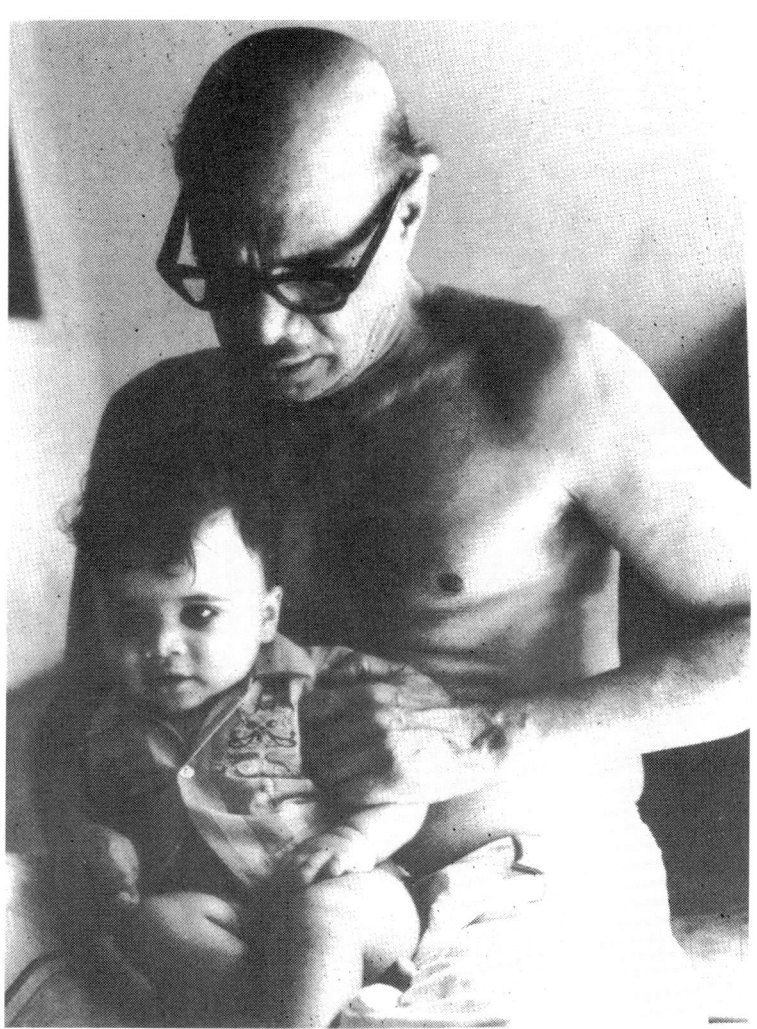

சுல்தானின் தறவாடு

பஷீர் பெண் பார்த்த படலம் – எம்.வி. தேவனின் ஓவியம்